# தனிநபர்
# வெற்றி

'பிரையன் டிரேசி நூலகம்' என்ற தலைப்பில் மஞ்சுள் பப்ளிஷிங் ஹவுஸ் தமிழில் வெளியிட்டுள்ள பிற நூல்கள்

1. நேர நிர்வாகம்
2. தலைமைத்துவம்
3. ஊக்குவிப்பு
4. விற்பனையில் வெற்றி
5. சந்தை நிர்வாகம்
6. நிர்வாகத் திறமை

# தனிநபர் வெற்றி

பிரையன் டிரேசி

தமிழில்: நாகலட்சுமி சண்முகம்

MANJUL

மஞ்சுள் பப்ளிஷிங் ஹவுஸ்

*First published in India by*

MANJUL

**Manjul Publishing House**

*Corporate and Editorial Office*

• 2nd Floor, Usha Preet Complex,
42 Malviya Nagar, Bhopal 462 003 - India

*Sales and Marketing Office*

•C-16, Sector 3, Noida, Uttar Pradesh 201301 - India

*Distribution Centres*

Ahmedabad, Bengaluru, Kochi, Kolkata, Chennai,
Hyderabad, Mumbai, New Delhi, Pune

Tamil translation of *Personal Success*.


This edition first published in India in 2018
Tenth impression 2026

ISBN 978-93-87383-47-0

Translation by Nagalakshmi Shanmugam
Editing and layout by PSV Kumarasamy

Printed and bound in India by Repro India Ltd.

This publication is designed to provide accurate information in regards to the subject matter covered. It is sold with the understanding that the publisher is not engaged in rendering legal, accounting, or other professional service. If legal advice or any other expert assistance is required, the services of a competent professional person should be sought.

# உள்ளடக்கம்

# முன்னுரை

தங்கள் தொழில்வாழ்க்கையில் சிலர் ஏன் மற்றவர்களைவிட அதிக வெற்றிகரமாகத் திகழுகின்றனர்? ஏன் சிலர் மட்டும் தங்கள் வாழ்க்கையிலும் வேலையிலும் அபரிமிதமான வளர்ச்சியையும் செழிப்பையும் அனுபவிக்கின்றனர், அடிக்கடிப் பதவி உயர்வுகளைப் பெறுகின்றனர், வேகமாக முன்னேறுகின்றனர், பெரும் மனநிறைவைப் பெறுகின்றனர்?

ஆண்டொன்றுக்கு இருபது லட்சம் சம்பாதிக்கின்ற ஒருவர், ஆண்டொன்றுக்கு வெறும் இரண்டு லட்சம் சம்பாதிக்கின்ற ஒருவரைவிடப் பத்து மடங்கு அதிக சாமர்த்தியமும் திறனும் கொண்டவரா? நிச்சயமாக இல்லை! ஆயிரம் நபர்களைக் கொண்டு நடத்தப்பட்ட ஓர் ஆய்வில் அவர்களுடைய அறிவுத்திறன் சோதிக்கப்பட்டது. அக்குழுவில் இருந்த மிகவும் அறிவார்ந்த மனிதர், அதிலிருந்த மிகக் குறைந்த அறிவு பெற்றிருந்த நபரைவிட இரண்டரை மடங்கு மட்டுமே அதிக சாமர்த்தியமானவராக இருந்தது அந்த ஆய்வின் முடிவில் தெரிய வந்தது. ஆனால், வருவாயில் இருந்த வேறுபாடு மட்டும் பெரிதும் வியப்பூட்டுவதாக

இருந்தது! அக்குழுவில் மற்ற எல்லோரையும்விட மிக அதிகமாக சம்பாதித்துக் கொண்டிருந்தவர், மிகக் குறைவாக சம்பாதித்துக் கொண்டிருந்தவரைவிட நூறு மடங்கு அதிகச் சம்பளம் பெற்றுக் கொண்டிருந்தார்.

நீங்கள் கவனிக்க வேண்டிய இன்னொரு முக்கியமான விஷயம் இது. அக்குழுவில் இருந்தவர்களில் யார் மிக அதிகச் சம்பளம் வாங்கிக் கொண்டிருந்தாரோ, அறிவுத் திறனைப் பொருத்தவரை அவர் முதலிடத்தில் இருக்கவில்லை. அதேபோல, மிகக் குறைவாகச் சம்பாதித்துக் கொண்டிருந்த நபர் மிகக் குறைவான அறிவு படைத்தவராக இருக்கவில்லை. ஒரு குறிப்பிட்ட நிலைவரை, அறிவும் பிற இயல்பான திறமைகளும் ஒரு தனிநபருடைய வெற்றிக்கோ அல்லது தோல்விக்கோ ஓரளவு பங்களிக்கின்றன. ஆனால், அந்த நிலையைக் கடந்தவுடன், தனிப்பட்டப் பண்புநலன்கள், கடின உழைப்பு, தொடர்ச்சியான கற்றல், சிறப்பான நேர நிர்வாகம் ஆகியவைதான் ஒருவருடைய வெற்றியைத் தீர்மானிக்கின்றன.

## வெற்றிமுனைக் கோட்பாடு

எந்தவொரு தொழிலிலும், வருவாயைப் பொருத்தவரை மேல்மட்டத்தில் இருக்கின்ற *20* சதவீத மக்கள், மொத்த வருமானத்தில் *80* சதவீதத்தை எடுத்துக் கொள்ளுகின்றனர் என்று பரேட்டோ கொள்கை கூறுகிறது. இதற்கிடையே, கீழ்மட்டத்தில் இருக்கின்ற *80* சதவீத மக்கள், மொத்த வருவாயில் *20* சதவீதத்தை மட்டுமே தங்களுக்கிடையே பகிர்ந்து கொள்ளுகின்றனர். ஏன் இப்படி நிகழுகிறது?

பல ஆண்டுகால ஆராய்ச்சிக்குப் பிறகு இக்கேள்விகளுக்கான விடைகள் நமக்குத் தெரிய வந்துள்ளன. வெற்றிக்கான துவக்கப் புள்ளி 'வெற்றிமுனைக் கோட்பாடு' என்று அழைக்கப்படுகிறது. வாழ்வில் முக்கியமான பகுதிகளில் ஒருவருடைய திறனில் இருக்கின்ற சிறிய வேறுபாடுகள் அவருக்குக் கிடைக்கும் விளைவுகளில் பிரம்மாண்டமான வேறுபாடுகளை உருவாக்குகின்றன என்று அக்கோட்பாடு கூறுகிறது. அதோடு, வாழ்வில் முக்கியமான பகுதிகளில் ஒருவருக்கு இருக்கின்ற பலவீனங்கள், வருவாய் மற்றும் சாதனையைப் பொருத்தவரை

ஒவ்வோர் ஆண்டும் அவர் தொடர்ந்து கீழ்மட்டத்திலேயே அமிழ்ந்து கிடக்கும்படி செய்வதற்குப் போதுமானவையாக இருக்கின்றன, அவர் தன்னுடைய அந்த பலவீனங்களைப் பற்றி அறிந்திருக்கின்றாரோ இல்லையோ!

குதிரைப் பந்தயம் ஒன்றில் பங்கு கொள்ளும் ஒரு குதிரை மயிரிழையில் முதலிடத்தில் வந்துவிட்டால், இரண்டாவதாக வருகின்ற குதிரைக்குக் கிடைக்கும் பரிசுத் தொகையைவிடப் பத்து மடங்கு அதிகத் தொகையை அது பெறும். அப்படியானால், முதலிடத்தைப் பிடித்துள்ள குதிரை இரண்டாம் இடத்தைப் பிடித்துள்ள குதிரையைவிடப் பத்து மடங்கு அதிக வேகமாக ஓடியதாக அர்த்தமாகுமா? நிச்சயமாக இல்லை. முதலிடத்தில் வந்தக் குதிரை ஐந்து மடங்கு அதிக வேகமானதா அல்லது ஐம்பது சதவீதம் அதிக வேகமானதா? அல்லது பத்து சதவீதம் அதிக வேகமானதா? இல்லவே இல்லை. வாழ்வில் முக்கியமான தளங்களில் வெற்றியாளர்களுக்கும் தோல்வியாளர்களுக்கும் இடையேயான வேறுபாடு வெறும் மூன்று சதவீதம் மட்டுமே.

## உயர்ந்த செயற்திறனை அடைதல்

எந்தவொரு துறையிலும் உச்சத்தில் இருப்பவர்கள் தங்கள் வேலைக்கு இன்றியமையாத திறமைகளை மெருகேற்றுவதிலும் மேம்படுத்துவதிலும் தங்கள் தொழில்வாழ்க்கையில் மற்றவர்களைவிட அதிக நேரத்தை முதலீடு செய்துள்ளதாக ஆன்டர்ஸ் எரிக்சன் என்பவர் மேற்கொண்ட ஓர் ஆய்வு கண்டறிந்துள்ளது.

ஒவ்வொரு காலகட்டத்திலும் மாபெரும் வெற்றியாளர்களாகத் திகழ்ந்த மனிதர்களை ஹென்றி வாட்ஸ்வொர்த் லாங்ஃபெல்லோ இவ்வாறு அழகாக விவரிக்கிறார்:

*மாபெரும் மனிதர்கள் வெற்றி கொண்டுள்ள சிகரங்கள்*
*திடீரென்று ஓரே பாய்ச்சலில் எட்டப்படவில்லை;*
*மாறாக, தங்களுடைய சக மனிதர்கள் தூங்கிக்*
*கொண்டிருந்த நேரத்தில்*
*அவர்கள் மட்டும் இரவில் கஷ்டப்பட்டு மேல்நோக்கி*
*ஏறிச் சென்று கொண்டிருந்தனர்.*

## எல்லாமே முக்கியம்தான்

தனிப்பட்ட வெற்றிக்கு இன்றியமையாத முக்கியமான விஷயங்களை உங்களிடம் வளர்த்துக் கொள்ள நீங்கள் பயன்படுத்தக்கூடிய இருபத்தோரு யோசனைகள் இந்நூலில் இடம்பெற்றுள்ளன. அவ்விஷயங்களை நீங்கள் உங்களிடம் உருவாக்குகின்ற அதே நேரத்தில், உங்களை முன்னேறவிடாமல் இழுத்துப் பிடித்துக் கொண்டிருக்கின்ற குறைபாடுகளையும் நீங்கள் களைந்துவிடலாம்.

'எல்லாமே முக்கியம்தான்' என்ற கருத்தின் அடிப்படையில் இந்நூல் அமைந்துள்ளது. அன்றாட அடிப்படையில் நீங்கள் செய்கின்ற ஒவ்வொரு விஷயமும், நீங்கள் மேற்கொள்ளுகின்ற ஒவ்வொரு தீர்மானமும், நீங்கள் எடுக்கின்ற அல்லது எடுக்கத் தவறுகின்ற ஒவ்வொரு நடவடிக்கையும், காலப்போக்கில் ஒன்றுகுவிந்து இறுதியில் உங்களுடைய வெற்றிக்கோ அல்லது தோல்விக்கோ வழி வகுக்கின்றன.

இந்நூலில் கொடுக்கப்பட்டுள்ள யோசனைகளை நீங்கள் தினமும் தொடர்ந்து நடைமுறைப்படுத்தி வந்தால், நீங்கள் கற்பனை செய்துள்ளதைவிட மிக வேகமாக ஒரு மாபெரும் வெற்றியாளராக நீங்கள் உருவாவீர்கள். வாருங்கள், வெற்றியை நோக்கிய பயணத்தைத் துவக்கலாம்!

அத்தியாயம் ஒன்று

# விதிகளுக்குக் கீழ்ப்படியுங்கள்

கி.மு. 350ம் ஆண்டில், ஒலிம்பஸ் மலை, அதிர்ஷ்டம், தற்செயலான நிகழ்வுகள், தலைவிதி போன்றவற்றில் மக்கள் அளப்பரிய நம்பிக்கை கொண்டிருந்த நேரத்தில், 'காரணமும் அதன் விளைவும்' என்ற ஒரு கோட்பாட்டை அரிஸ்டாட்டில் முன்மொழிந்தார். தற்செயலான நிகழ்வுகள் என்று எதுவும் இல்லை என்று கூறிய அவர், நிகழுகின்ற எல்லா விஷயங்களுக்கும் இடையே ஒரு காரணம்–விளைவு உறவு இருக்கிறது என்று வலியுறுத்தினார். காரணங்கள் எவை என்பதை நாம் அறியாவிட்டாலும், அவை இருக்கத்தான் செய்கின்றன.

உங்கள் வாழ்வில் உங்களுக்கு நிகழுகின்ற எல்லாமே சில குறிப்பிட்டக் காரணங்களால்தான் நிகழுகின்றன. அக்காரணங்களின் விளைவாக ஏற்படுகின்ற விஷயங்கள்தான் உங்கள் வாழ்க்கையை இப்படி அமைத்துள்ளன. விளைவுகளை நீங்கள் மாற்ற விரும்பினால், காரணங்களை நீங்கள் மாற்றியாக வேண்டும். நீங்கள் பெற்றுக் கொண்டிருக்கின்ற விஷயங்களை நீங்கள் மாற்ற விரும்பினால், நீங்கள் முதலில் விதைக்கின்றவற்றை மாற்ற வேண்டும்.

காரணமும் அதன் விளைவும் விதிதான் மேற்கத்தியச் சிந்தனையின் அடிப்படை விதியாகும். கணிதம், அறிவியல், இயற்பியல், மருத்துவம், தொழில்நுட்பம், வியாபாரம், போர் ஆகிய அனைத்தின் மூல விதி இதுதான்.

இயற்கை விதிகள், அவை உளரீதியானவையோ அல்லது உடல்ரீதியானவையோ, 100 சதவீத நேரம் வேலை செய்கின்றன. உங்களுக்கு அவற்றைப் பற்றித் தெரியுமோ இல்லையோ, அவற்றோடு நீங்கள் உடன்படுகிறீர்களோ இல்லையோ, ஒரு குறிப்பிட்ட நேரத்தில் அவை உங்களுக்கு சௌகரியமாக இருக்கின்றனவோ இல்லையோ, அவை எதுவும் ஒரு பொருட்டே அல்ல. அவை பாரபட்சமின்றிச் செயல்படுகின்றன. அவை எல்லாச் சூழ்நிலைகளிலும் எல்லா நேரத்திலும் எல்லோருடைய விஷயத்திலும் பலனளிக்கின்றன.

அவற்றைப் புரிந்து கொள்ளுவதுதான் நம்முடைய முக்கிய வேலையாகும். குறிப்பாக, உளவிதிகள் நம் சார்பில் இயங்க வேண்டும் என்று நாம் விரும்பினால், நம்முடைய நடத்தையை நாம் அவ்விதிகளுக்கு ஏற்ப மாற்றிக் கொள்ள வேண்டும். மூன்று முக்கியமான உளவிதிகள் இருக்கின்றன.

## நம்பிக்கை விதி

முதல் விதியான நம்பிக்கை விதிதான் தத்துவம், மதம், உளவியல், மீமெய்யியல், வெற்றி ஆகிய அனைத்தின் அடிப்படைக் கொள்கையாகும். உணர்வுபூர்வமாகவும் உணர்ச்சிபூர்வமாகவும் நீங்கள் எதை நம்புகிறீர்களோ, அது உங்கள் யதார்த்தமாக ஆகும் என்று இவ்விதி கூறுகிறது. "நீங்கள் பார்ப்பதை நீங்கள் நம்புவதில்லை, மாறாக, நீங்கள் ஏற்கனவே எதை நம்பத் தீர்மானித்திருக்கிறீர்களோ அதையே நீங்கள் பார்க்கிறீர்கள்," என்று வெயின் டயர் கூறுகிறார்.

நீங்கள் நம்புகின்ற விஷயம் உண்மையாக இல்லாவிட்டால்கூட அது ஒரு பொருட்டல்ல. நீங்கள் நம்பும் விஷயம் நேர்மறையானதோ அல்லது எதிர்மறையானதோ, அதை நீங்கள் நெடுநாட்களாகவும் தீவிரமாகவும் நம்பினால், அது உங்கள் விஷயத்தில் உண்மையாகிவிடும்.

## நம்பிக்கைகள் கற்றுக் கொள்ளப்படுகின்றன

பிறக்கும்போதே யாரும் நம்பிக்கைகளோடு பிறப்பதில்லை என்பது சுவாரசியமான விஷயம். இன்று உங்களையும் மற்றவர்களையும் இவ்வுலகத்தையும் பற்றி நீங்கள் கொண்டிருக்கின்ற நம்பிக்கைகள் ஏதோ ஒரு நேரத்தில் யாரோ ஒருவரிடமிருந்து ஏதோ ஒரு விதத்தில் நீங்கள் கற்றுக் கொண்டுள்ளவைதான். அவற்றை நீங்கள் எப்படி, எப்போது, யாரிடமிருந்து கற்றுக் கொண்டிருந்தாலும் சரி, அவற்றை நீங்கள் நம்பத் தொடங்கியவுடன் அவை உங்களுடைய உண்மைகளாக ஆகிவிடுகின்றன. ஏனெனில், உங்கள் விஷயத்தில் அவை யதார்த்தமாகியுள்ளன.

ஒவ்வொருவரும் இரண்டு வகையான நம்பிக்கைகளைக் கொண்டுள்ளனர்: நேர்மறையான நம்பிக்கைகள் மற்றும் எதிர்மறையான நம்பிக்கைகள். இவற்றில் வெற்றிக்குத் தடையாக இருக்கின்ற நம்பிக்கைகளில் மிக மோசமானவை நம்மை மட்டுப்படுத்துகின்ற நம்பிக்கைகள்தான். உங்களையும் உங்கள் தொழிலையும் பற்றி நீங்கள் கொண்டிருக்கின்ற எதிர்மறையான நம்பிக்கைகள் இவை. இவை உங்களை மட்டுப்படுத்தி, நீங்கள் முன்னேறவிடாதபடி உங்களை இழுத்துப் பிடிக்கின்றன. பல சமயங்களில், வெற்றி மற்றும் சாதனை குறித்து நீங்கள் கொண்டிருக்கின்ற எதிர்பார்ப்புகள் அனைத்தையும் இவை குழி தோண்டிப் புதைத்துவிடுகின்றன. உங்களை மட்டுப்படுத்துகின்ற நம்பிக்கைகள் எவை?

உங்களை மட்டுப்படுத்துகின்ற அந்த எதிர்மறையான நம்பிக்கைகள் உண்மையானவையாக இருந்தாலும் சரி அல்லது அப்படி இல்லாவிட்டாலும் சரி, அவைதான் உங்களுடைய வெற்றிக்குத் தடைகளாக இருக்கின்றன. இதில் வேடிக்கை என்னவென்றால், உங்களை மட்டுப்படுத்துகின்ற நம்பிக்கைகளில் பெரும்பாலானவை உண்மையானவையே அல்ல. யாரோ உங்களிடம் கூறிய ஏதோ ஒன்றாலோ, நீங்கள் எங்கோ படித்த ஒரு விஷயத்தாலோ, அல்லது எங்கோ செவிமடுத்த ஒரு விஷயத்தாலோ விளைந்தவைதான் அந்த நம்பிக்கைகள். நீங்கள் அவற்றைப் பற்றி அவ்வளவாகச் சிந்திக்காமலேயே அவற்றை நம்பத் தொடங்கிவிட்டீர்கள்.

## உங்களை மட்டுப்படுத்தும் நம்பிக்கைகளுக்குச் சவால்விடுங்கள்

உங்களுக்குள் இருக்கும் ஆற்றலையும் திறமைகளையும் நீங்கள் முழுமையாகப் பயன்படுத்த விரும்பினால், உங்களை இழுத்துப் பிடிக்கின்ற எதிர்மறையான நம்பிக்கைகளை நீங்கள் விட்டொழிக்க வேண்டும். தனிப்பட்ட முன்னேற்றம் மற்றும் வெற்றிக்கான பாதையில் நீங்கள் பீடுநடை போட விரும்பினால், உங்கள் அறிவு, படைப்புத்திறன், இயல்பான திறன், ஆளுமை ஆகியவை மட்டுப்படுத்தப்பட்டுள்ளதாக உங்களிடம் வலியுறுத்துகின்ற அனைத்து நம்பிக்கைகளையும் நீங்கள் உங்களிடமிருந்து நீக்க வேண்டும். நீங்கள் உங்களுடைய முழு ஆற்றலைப் பயன்படுத்துவதிலிருந்து உங்களைத் தடுக்கக்கூடிய எந்தவோர் எண்ணத்தையும் விட்டுத்தள்ள நீங்கள் தயாராக இருக்க வேண்டும்.

## ஈர்ப்பு விதி

உங்கள் வாழ்வில் உங்களுக்கு என்ன நிகழுகிறது என்பதைத் தீர்மானிக்கின்ற இரண்டாவது முக்கிய உளவிதி ஈர்ப்பு விதியாகும். நீங்கள் ஒரு 'வாழும் காந்தம்' என்றும், உங்கள் மனத்தில் ஆதிக்கம் செலுத்திக் கொண்டிருக்கின்ற உணர்ச்சிகரமான எண்ணங்களுடன் ஒத்திசைவாக இருக்கின்ற மக்களையும் நிகழ்வுகளையும் சூழல்களையும் நீங்கள் உங்கள் வாழ்விற்குள் கவர்ந்திழுப்பீர்கள் என்றும் அவ்விதி கூறுகிறது.

இன்று உங்கள் வாழ்வில் உங்கள் வசம் இருக்கின்ற அனைத்தையும் உங்கள் போக்கின் மூலமும் சிந்தனையின் மூலமும் நீங்கள்தான் உங்களை நோக்கிக் கவர்ந்து இழுத்திருக்கிறீர்கள். உங்களால் உங்களையும் உங்கள் சிந்தனையையும் மாற்றிக் கொள்ள முடியும் என்பதால் உங்கள் வாழ்க்கையை உங்களால் மாற்ற முடியும்.

## சிந்தனையை மாற்றுங்கள், வாழ்க்கையை மாற்றுங்கள்

வித்தியாசமான மக்களையும், சூழல்களையும், வாய்ப்புகளையும், ஒரு சிறந்த வேலையையும், அல்லது உயர்ந்த

வருவாயையும் நீங்கள் உங்கள் வாழ்விற்குள் கவர்ந்திழுக்க விரும்பினால், அவ்விஷயங்களில் உங்களைப் பற்றி நீங்கள் கொண்டுள்ள எண்ணத்தை நீங்கள் மாற்றியாக வேண்டும்.

"நீங்கள் எந்த ஐந்து பேருடன் மிக அதிகமான நேரத்தைச் செலவிடுகிறீர்களோ, அந்த ஐவரின் சராசரி வருவாய்தான் உங்கள் வருவாயாக இருக்கும்," என்று பொதுவான வெற்றிக் கொள்கை ஒன்று கூறுகிறது.

அதற்கு என்ன காரணம்? ஏனெனில், நம்மைச் சூழ்ந்திருக்கும் மக்கள் நம்மீது அளப்பரிய தாக்கம் ஏற்படுத்துகின்றனர். நம்மைப் பற்றியும் நம்முடைய இவ்வுலகத்தைப் பற்றியும் நாம் சிந்திக்கின்ற மற்றும் உணருகின்ற விதத்தில் 95 சதவீதத்தை, நாம் வழக்கமாக யாருடன் அதிகமாகப் பழகுகிறோமோ அவர்கள்தான் தீர்மானிக்கின்றனர்.

எதிர்மறையான ஒரு மேலதிகாரியின்கீழும் எதிர்மறையான சக ஊழியர்களுடனும் வேலை பார்த்துவிட்டு, பிறகு அந்த வேலையிலிருந்து விலகி, நேர்மறையானதொரு மேலதிகாரியின்கீழும் நேர்மறையான சக ஊழியர்களுடனும் வேலை செய்து கொண்டிருக்கின்ற எண்ணற்ற மக்களுடன் சேர்ந்து நான் செயல்பட்டிருக்கிறேன், அவர்களுக்கு நான் உதவியிருக்கிறேன். ஒருசில வாரங்களில் அவர்களுடைய தொழில்வாழ்க்கை மாறியது. சராசரிச் செயற்திறனுடன் செயல்பட்டுக் கொண்டிருந்த அவர்கள், இப்போது தங்கள் முழு ஆற்றலையும் பயன்படுத்தி வெற்றிகரமாகச் செயல்பட்டுக் கொண்டிருக்கின்றனர். அவர்களுடைய வருவாயும் பன்மடங்கு அதிகரித்துள்ளது.

## அகம் எவ்வாறோ, புறம் அவ்வாறே

மூன்றாவது முக்கிய உளவிதி இது. உங்கள் புறவாழ்க்கை உங்கள் அகவாழ்க்கையின் ஒரு கண்ணாடிப் பிம்பம் என்று இவ்விதி கூறுகிறது. அதாவது, உங்கள் புறவாழ்க்கை உங்கள் அகவாழ்க்கையைப் பிரதிபலிக்கிறது. "நீங்கள் எங்கே போனாலும் அங்கே நீங்கள் இருக்கிறீர்கள்," என்று ஜென் தத்துவம் கூறுகிறது.

உள்ளது உள்ளபடியே உலகத்தை நீங்கள் பார்ப்பதில்லை. நீங்கள் உங்கள் அகக் கண்ணாடியின் ஊடாக அதைப் பார்க்கிறீர்கள். எந்தவொரு நேரத்திலும் உங்கள் வாழ்வில் உள்ள மக்களையும் சூழல்களையும் வருவாயையும் நீங்கள் பார்த்தீர்களேயானால், அக்கணத்தில் உங்கள் அகவாழ்க்கை எப்படி இருக்கிறதோ அதற்கு ஏற்றபடியே அவை அனைத்தும் இருப்பதை நீங்கள் காண்பீர்கள்.

மக்கள் தங்களுடைய வேலையிலோ அல்லது உறவுகளிலோ மகிழ்ச்சியற்றும் மனநிறைவின்றியும் இருக்கும்போது, அளவுக்கதிகமாக உணவு உட்கொள்ளுவது, அளவுக்கதிகமாக மதுவருந்துவது, மிகக் குறைவாக உடற்பயிற்சி செய்வது போன்ற எதிர்மறையான நடத்தைகளில் அவர்கள் ஈடுபடத் தொடங்குவது பரவலான ஒன்றுதான்.

அதேபோல, ஒரு புதிய, மகிழ்ச்சியான உறவுக்குள் அடியெடுத்து வைத்துள்ளவர்கள், முறையாக உணவு உட்கொள்ளவும், உடற்பயிற்சி செய்யவும், தங்கள் உடல்நலத்தை அதிக அக்கறையோடு பேணவும் தொடங்குகின்றனர்.

## சிந்தனைதான் எல்லாமே

பெரும்பான்மை நேரம் நீங்கள் எதைப் பற்றிச் சிந்திக்கிறீர்களோ, நீங்கள் அதுவாகவே ஆகிறீர்கள் என்பது மனித மனத்தின் சக்தியைப் பற்றிய மிக முக்கியமான கண்டுபிடிப்புகளில் ஒன்று.

பெரும்பான்மை நேரம் நீங்கள் எதைப் பற்றிச் சிந்திக்கிறீர்கள்? இதற்கு விடையளிப்பது மிகவும் எளிது. மக்கள் எதைப் பற்றிச் சிந்திக்கின்றனரோ, அது அவர்களுடைய புறச்சூழல்களில் எப்போதும் மெய்யாகும். அவர்களைப் பார்த்துவிட்டு, பிறகு அவர்களைச் சூழ்ந்திருப்பவற்றையும் பார்த்தால் இது உங்களுக்குப் புரியும்.

புறவுலகில் நீங்கள் எதை உருவாக்க விரும்புகிறீர்களோ, அதற்கு இணையான மனக்காட்சியை நீங்கள் உருவாக்க வேண்டும். இதை நீங்கள் செய்யும்போது, உங்கள் வாழ்க்கையின் தரம் பெருமளவு மேம்படும். இது அதிர்ஷ்டத்தாலோ அல்லது தற்செயலாகவோ நிகழுவதில்லை. மாறாக, ‘காரணமும் அதன் விளைவும் விதி’ இங்கு இயங்கிக் கொண்டிருக்கிறது.

## செய்முறைப் பயிற்சிகள்

1. நீங்கள் முன்னேறாதபடி உங்களை இழுத்துப் பிடித்துக் கொண்டிருக்கின்ற, உங்களை மட்டுப்படுத்துகின்ற ஏதேனும் ஒரு நம்பிக்கையைக் கண்டுபிடியுங்கள். அதற்கு சவால்விடுங்கள். அந்த நம்பிக்கை உண்மையல்ல என்று கற்பனை செய்யுங்கள். அது உண்மையல்ல என்பதை நீங்கள் அறியும்போது நீங்கள் என்ன செய்வீர்கள்?
2. உங்கள் வேலை, உங்கள் உறவுகள் போன்றவற்றை உள்ளடக்கிய உங்கள் புறவாழ்க்கையைப் பற்றி எண்ணிப் பாருங்கள். உங்கள் வாழ்க்கை குறித்து நீங்கள் மகிழ்ச்சியாக இருக்கிறீர்களா? இல்லை என்றால், நீங்கள் அது குறித்து என்ன செய்யப் போகிறீர்கள்?

அத்தியாயம் இரண்டு

# உங்களுக்குத் துல்லியமாக என்ன வேண்டும் என்று தீர்மானித்துக் கொள்ளுங்கள்

உங்களுக்கு என்ன வேண்டும் என்பதை அறிந்திருப்பது தனிப்பட்ட முன்னேற்றம் மற்றும் தொழில் வெற்றிக்கான துவக்கப் புள்ளியாகும். வாழ்வில் நீங்கள் விரும்புகின்ற எதுவொன்றையும் உங்களால் அடைய முடியும், ஆனால் முதலில் அது என்ன என்பதை நீங்கள் தீர்மானித்தாக வேண்டும்.

எண்ணெய் நிறுவனங்கள் மூலம் பெரும் கோடீஸ்வரராக ஆனவரும் இருநூற்றுக்கும் மேற்பட்ட நிறுவனங்களைத் துவக்கியவருமான எச்.எல்.ஹன்ட், ஒருமுறை ஒரு தொலைக்காட்சி நிகழ்ச்சியில் கலந்து கொண்டபோது, அவருடைய வெற்றிக்கான ரகசியம் குறித்து அவரிடம் கேட்கப்பட்டது. அதற்கு அவர் இவ்வாறு பதிலளித்தார்: “வெற்றி மிகவும் எளிதானது. முதலில், வாழ்வில் நீங்கள் துல்லியமாக எதை அடைய விரும்புகிறீர்கள் என்பதைத் தீர்மானித்துக் கொள்ளுங்கள். இரண்டாவதாக, அதை அடைவதற்கு நீங்கள் கொடுக்கவிருக்கின்ற விலையைத் தீர்மானித்துக் கொண்டு, அதைக் கொடுக்க மனத்தில் உறுதி பூணுங்கள்.”

## ஏழு அம்சச் செயல்முறை

உங்கள் வாழ்நாள் முழுவதும் தொடர்ந்து இலக்குகளை நிர்ணயித்து அவற்றை அடைவதற்கு நீங்கள் பயன்படுத்தக்கூடிய எளிய ஏழு அம்சச் செயல்முறை ஒன்று உள்ளது. அது சக்திவாய்ந்தது, நடைமுறையில் பயனளிப்பதாக நிரூபிக்கப்பட்டுள்ளது, யதார்த்தமானது.

1. **துல்லியமாக உங்களுக்கு என்ன வேண்டும் என்பதைத் தீர்மானித்துக் கொள்ளுங்கள்.** திட்டவட்டமாக முடிவு செய்யுங்கள். "நான் பணக்காரனாக ஆக விரும்புகிறேன். நான் அதிக மகிழ்ச்சியாக இருக்க விரும்புகிறேன். நான் ஆரோக்கியமாக இருக்க விரும்புகிறேன். நான் பல இடங்களுக்குப் பயணம் செய்ய விரும்புகிறேன்," போன்ற தெளிவற்ற மற்றும் திட்டவட்டமற்ற விஷயங்களைக் கூறும் தவறைச் செய்யாதீர்கள். இவை இலக்குகளே அல்ல. இவை வெறும் ஆசைகள், கனவுகள், மற்றும் மாயைகள் மட்டுமே. ஓர் இலக்கு என்பது தெளிவானதாகவும் திட்டவட்டமானதாகவும் இருக்கின்ற ஒன்று.
2. **உங்கள் இலக்குகளை எழுதிக் கொள்ளுங்கள்.** வெறும் மூன்று சதவீத மக்களே தங்களுடைய இலக்குகளையும் அவற்றை அடைவதற்கான தெளிவான திட்டங்களையும் எழுத்துபூர்வமாக வைத்திருக்கின்றனர். எழுத்துபூர்வமான இலக்குகளையும் திட்டங்களையும் கொண்டிராத மக்களைவிட இவர்கள் சராசரியாகப் பத்து மடங்கு அதிகப் பணம் சம்பாதிக்கின்றனர்.
3. **ஒரு காலக்கெடுவை நிர்ணயித்துக் கொள்ளுங்கள்.** உங்கள் இலக்கை நீங்கள் எப்போது அடைய விரும்புகிறீர்கள் என்பதற்கான ஒரு திட்டவட்டமான தேதியைத் தீர்மானித்துக் கொள்ளுங்கள். உங்கள் இலக்கு மிகப் பெரியதாக இருந்தால், அதைப் பல சிறிய இலக்குகளாகப் பிரித்துக் கொண்டு, அவை ஒவ்வொன்றுக்கும் ஒரு காலக்கெடுவை நிர்ணயித்துக் கொள்ளுங்கள்.

4. **ஒரு பட்டியலைத் தயார் செய்யுங்கள்.** உங்கள் இலக்கை அடைய நீங்கள் செய்யக்கூடிய எல்லாவற்றையும் ஒரு பட்டியலிடுங்கள். அப்பட்டியல் முழுமை பெறும்வரை தொடர்ந்து அதில் விஷயங்களைச் சேர்த்துக் கொண்டே இருங்கள்.

5. **உங்கள் பட்டியலை ஒழுங்கமைத்துக் கொள்ளுங்கள்.** உங்கள் இலக்கை அடைவதற்கு நீங்கள் செய்ய வேண்டிய விஷயங்கள் எந்த வரிசைப்படி செய்யப்பட வேண்டுமோ அந்த வரிசைப்படி அப்பட்டியலை ஒழுங்கமைத்துக் கொள்ளுங்கள். எதை நீங்கள் முதலில் செய்ய வேண்டும்? எதை இரண்டாவதாகச் செய்ய வேண்டும்? இப்படிக் கேள்வி கேட்டபடி உங்கள் முன்னுரிமைகளைத் தீர்மானித்துக் கொள்ளுங்கள். இப்பட்டியல்தான் உங்கள் செயற்திட்டமாகும்.

6. **உங்கள் திட்டத்தின்மீது நடவடிக்கை எடுங்கள்.** ஒரு செயற்திட்டம் தயாரானவுடன் தயங்காமல் செயலில் இறங்குங்கள். முதலடியை எடுத்து வைப்பதுதான் மிகக் கடினமானது. நீங்கள் எந்த வேலையை எப்போதும் தள்ளிப்போட்டுக் கொண்டே போகிறீர்களோ, அதுதான் மிகக் கடினமான வேலை என்று கூறப்படுகிறது.

7. **உங்களுடைய மிக முக்கியமான இலக்குக் குறித்து தினமும் ஏதேனும் செய்து வாருங்கள்.** வாரத்திற்கு ஏழு நாட்கள், மாதத்திற்கு முப்பது நாட்கள் என்ற கணக்கில் தினமும் ஏதேனும் ஒரு நடவடிக்கையை மேற்கொள்ளுங்கள். உங்களுடைய மிக முக்கியமான இலக்கிற்கு அருகே உங்களை அழைத்துச் செல்லக்கூடிய ஏதேனும் ஒன்றைச் செய்யாமல் ஒரு நாளைக்கூடத் தவறவிட்டுவிடாதீர்கள்.

## பத்து இலக்குகளைத் தேர்ந்தெடுத்துக் கொள்ளுங்கள்

ஒரு வெற்றுத் தாளை எடுத்து, மேலே 'இலக்குகள்' என்று தலைப்பிட்டு, இன்றைய தேதியை எழுதிக் கொள்ளுங்கள். பிறகு, அடுத்தப் பன்னிரண்டு மாதங்களுக்குள் நீங்கள் அடைய

விரும்புகின்ற பத்து இலக்குகளை எழுதிக் கொள்ளுங்கள். உங்கள் இலக்குகள் ஒரு–நாள் இலக்குகளாகவோ அல்லது ஒரு–வார இலக்குகளாகவோ, அல்லது பன்னிரண்டு மாதகால இலக்குகளாகவோ இருக்கலாம். ஆனால் அனைத்து இலக்குகளும் ஓராண்டுக்குள் அடையப்படக்கூடியவையாக இருப்பதை உறுதி செய்து கொள்ளுங்கள்.

பத்து இலக்குகளை எழுதிக் கொண்ட பிறகு, பின்வரும் கேள்வியை உங்களை நீங்களே கேட்டுக் கொள்ளுங்கள்: இப்பட்டியலில் உள்ள இலக்குகளில் ஏதேனும் ஒன்றை அடுத்த இருபத்து நான்கு மணிநேரத்திற்குள் என்னால் அடைய முடிந்தால், அவற்றில் எந்த ஓர் இலக்கு என் வாழ்வின்மீது மிக அதிகத் தாக்கம் ஏற்படுத்தும்?

இந்த இலக்குதான் உங்கள் வாழ்வல் உங்கள் முக்கியக் குறிக்கோளாக ஆகிறது, உங்கள் வாழ்க்கையின் வழிகாட்டிக் கொள்கையாக ஆகிறது. ஒரு திட்டவட்டமான குறிக்கோளைக் கொண்டுள்ள மக்கள்தான் மாபெரும் மனிதர்களாக ஆகத் தொடங்குகின்றனர் என்று நெப்போலியன் ஹில் கூறியுள்ளார்.

சுயமாக முன்னேறி மிகப் பெரிய லட்சாதிபதிகளாகவும் கோடீஸ்வரர்களாகவும் ஆனவர்களில் 85 சதவீதத்தினர் தனிப்பெரும் திட்டவட்டமான இலக்கு ஒன்றைக் கொண்டிருந்தனர். அவர்கள் அந்த இலக்குக் குறித்துத் தீவிர ஆர்வம் கொண்டிருந்தனர். எனவே, தினமும் அது குறித்து அவர்கள் ஏதேனும் நடவடிக்கை எடுத்தனர். நீங்களும் அவ்வாறே செய்ய வேண்டும்.

ஒரு குறிக்கோளுடன்கூடிய செயல்நடவடிக்கைதான் அனைத்து வெற்றிக்குமான துவக்கப் புள்ளியாகும். நீங்கள் முன்கூட்டியே தீர்மானித்துள்ள இலக்குகள் மற்றும் குறிக்கோள்கள் குறித்து முறையான, திட்டமிட்டச் செயல்நடவடிக்கையில் நீங்கள் எவ்வளவு அதிகமாக ஈடுபடுகிறீர்களோ, நீங்கள் விரும்புகின்ற விஷயங்களை நீங்கள் அவ்வளவு அதிக விரைவாக அடைவீர்கள்

## செய்முறைப் பயிற்சிகள்

1. அடுத்தப் பன்னிரண்டு மாதங்களில் நீங்கள் அடைய விரும்புகின்ற பத்து இலக்குகளை எழுதிக் கொள்ளுங்கள்.
2. உங்கள் வாழ்வில் மிகப் பெரிய தாக்கத்தை ஏற்படுத்தக்கூடிய ஓர் இலக்கை அப்பட்டியலில் இருந்து தேர்ந்தெடுத்துக் கொண்டு, அதை அடைவதற்கான ஒரு திட்டத்தை வகுத்து, அந்த இலக்கை நீங்கள் வெற்றிகரமாக அடையும்வரை தினமும் அது குறித்து ஏதேனும் நடவடிக்கை எடுத்துக் கொண்டே இருங்கள்.

## அத்தியாயம் மூன்று

# துணிச்சலையும் தன்னம்பிக்கையையும் வளர்த்துக் கொள்ளுங்கள்

தலைமைத்துவம் குறித்து மேற்கொள்ளப்பட்ட 3,300 ஆய்வுகளைப் பரிசீலித்த வரலாற்றியலாளரான ஜேம்ஸ் மெக்ஃபர்சன், முன்னோக்கும் துணிச்சலும்தான் தலைவர்களிடம் காணப்பட்ட இரண்டு பொதுவான பண்புநலன்கள் என்று கூறினார். முதலில், நீங்கள் விரும்புகின்ற வகையான எதிர்காலம் பற்றிய ஒரு தெளிவான முன்னோக்கை அல்லது இலக்கை வகுத்துக் கொள்ளுங்கள். இரண்டாவதாக, அந்த முன்னோக்கையோ அல்லது அந்த இலக்கையோ அடைவதற்குத் தேவையான நடவடிக்கைகளை மேற்கொள்ளுவதற்கான துணிச்சலை வளர்த்துக் கொள்ளுங்கள்.

“நற்பண்புகளிலேயே தலையாயது துணிச்சல்தான் என்று கருதப்படுவது சரிதான். ஏனெனில், பிற அனைத்துப் பண்புநலன்களும் அதைச் சார்ந்துதான் உள்ளன,” என்று வின்ஸ்டன் சர்ச்சில் கூறியுள்ளார்.

துணிச்சலையும் தன்னம்பிக்கையையும் வளர்த்துக் கொள்ளுவது வெற்றிக்கு முற்றிலும் இன்றியமையாதது. ஏனெனில், தோல்வி குறித்த பயம்தான் பெரும்பாலான மக்களை இழுத்துப் பிடிக்கிறது. 2015ம் ஆண்டில் 'அமெரிக்காவின் மாபெரும் பணக்காரர்கள்' பட்டியலை 'ஃபோர்ப்ஸ் 400' பத்திரிகை வெளியிட்டது. தங்கள் வெற்றிக்கான மிக முக்கியமான ஐந்து பண்புநலன்களில் 'துணிந்து சாகச முயற்சிகளில் ஈடுபடத் தயாராக இருப்பதும்' ஒன்று என்று அப்பட்டியலில் இடம்பெற்றிருந்த கோடீஸ்வரர்கள் தெரிவித்தனர்.

## பயங்களை விட்டொழிக்க முடியும்

தோல்வி குறித்த பயம் என்பது பொதுவாக நம்முடைய குழந்தைப்பருவத்தின் துவக்கத்திலேயே நாமாக வளர்த்துக் கொண்ட ஒன்றுதான். பெற்றோரும் ஏனையோரும் நம்மை நோக்கி வீசிய எதிர்மறை விமர்சனங்களின் விளைவாகவே இந்த பயம் உருவாகியுள்ளது. ஆனால் இந்த பயத்தை விட்டொழித்து, அதற்கு பதிலாகத் துணிச்சலை நம்மால் வளர்த்துக் கொள்ள முடியும்.

பயம் என்பது உண்மைபோலத் தோன்றுகின்ற பொய்யான அனுபவங்களே. தோல்வி குறித்த பயம் யதார்த்தத்தின் அடிப்படையில் அமைகின்ற ஒன்றல்ல. மாறாக, அது கற்பனையின் அடிப்படையில் அமைகின்ற ஒன்று. நாம் கவலைப்படுபவற்றில் 99 சதவீத விஷயங்கள் ஒருபோதும் நம் வாழ்வில் நிகழுவதே இல்லை. பயம் என்பது ஒரு விதமான நம்பிக்கை. ஆனால், "நம்பிக்கைதான் நடைமுறை யதார்த்தத்தை உருவாக்குகிறது," என்று ஹார்வர்டு பல்கலைக்கழகத்தைச் சேர்ந்த வில்லியம் ஜேம்ஸ் கூறியுள்ளார்.

பயத்திற்கான முறிமருந்தை ரால்ஃப் வால்டோ எமர்சன் நமக்கு வழங்குகிறார்: "நீங்கள் எந்த விஷயம் குறித்து பயப்படுகிறீர்களோ, அதைச் செய்யுங்கள், அப்போது அந்த பயத்திற்குச் சாவுமணி அடிக்கப்பட்டுவிடும் என்பது உறுதி." நீங்கள் பயப்படுகின்ற விஷயத்தை நீங்கள் மீண்டும் மீண்டும் செய்து வந்தால், இறுதியில் அந்த பயம் தன்னுடைய சக்தி முழுவதையும் இழந்துவிடும்.

## பயத்தை நோக்கி நகருங்கள்

ஒரு துணிச்சலான நபருக்கும் ஒரு கோழைக்கும் இடையேயான வேறுபாடு என்ன? ஒரு துணிச்சல்காரர் தன்னுடைய பயத்தை நோக்கி நகருகிறார், அதை நேருக்கு நேர் எதிர்கொண்டு கையாளுகிறார், அந்த அச்சுறுத்தலான சூழலுக்குத் தீர்வு காணுகிறார். ஆனால் ஒரு கோழையோ, தன்னுடைய பயத்தைத் தவிர்க்கிறார், அதிலிருந்து விலகி ஓடுகிறார், அந்த பயம் தானாக மறைந்துவிடும் என்று வெறுமனே எதிர்பார்த்துக் காத்திருக்கிறார்.

நீங்கள் பயப்படுகின்ற ஒன்றை நோக்கி நீங்கள் நகரும்போது, அந்த பயம் மெல்ல மெல்லச் சுருங்கி, அது உங்கள்மீது ஏற்படுத்தும் தாக்கத்தையும் படிப்படியாக இழந்து, இறுதியில், உங்கள் உணர்ச்சிகளமீதான தன்னுடைய முழுக் கட்டுப்பாட்டையும் இழந்துவிடுகிறது. ஆனால் நீங்கள் உங்கள் பயத்திடமிருந்து விலகி ஓடினாலோ, அல்லது அந்த பயத்திற்குக் காரணமான நபரையோ அல்லது சூழ்நிலையையோ நீங்கள் தவிர்த்தாலோ, அந்த பயம் மேன்மேலும் பெரிதாக வளர்ந்து, இறுதியில் உங்களுடைய ஒட்டுமொத்த வாழ்க்கையையும் ஆட்கொண்டுவிடும். எல்லோருக்கும் இந்த அனுபவம் நிச்சயமாக வாய்த்திருக்கும்.

நீங்கள் எந்தவொரு பயத்தை அனுபவித்தாலும், "என்னால் முடியும்!" என்ற மாயாஜாலமான வார்த்தைகளை மீண்டும் மீண்டும் கூறுவதன் மூலம் அந்த பயத்தை உங்களால் உடனடியாக முறியடிக்க முடியும்.

உண்மை என்னவென்றால், நீங்கள் மனம் வைத்தால் எதுவொன்றையும் உங்களால் சாதிக்க முடியும், ஆனால் நீங்கள் அவ்விஷயத்தின்மீது ஆழமான விருப்பம் கொண்டிருக்க வேண்டும். யதார்த்தத்தில் உங்கள் சாதனைகளுக்கு எந்த வரம்பும் இல்லை. ஆனால் உங்கள் சொந்தச் சிந்தனை மூலமாக உங்களை நீங்களே மட்டுப்படுத்திக் கொள்ளுகிறீர்கள். உங்களை மட்டுப்படுத்துகின்ற நம்பிக்கைகள் உங்கள் கட்டுப்பாட்டின்கீழ்தான் இருக்கின்றன, ஆனால் அவைதான் உங்களை முன்னேறவிடாமல் இழுத்துப் பிடிக்கின்றன.

## பாசாங்கு செய்யுங்கள்

துணிச்சலையும் தன்னம்பிக்கையையும் உங்களிடம் வளர்த்துக் கொள்ளுவதற்கான வழிகளில் ஒன்று, அவ்விரண்டு பண்புநலன்களும் ஏற்கனவே உங்களிடம் இருப்பதுபோலப் 'பாசாங்கு' செய்வது. உங்கள் பயம் போய்விட்டதுபோலப் பாசாங்கு செய்யுங்கள். எந்தவொரு சூழ்நிலையிலும் இனியும் உங்களுக்கு பயமில்லை என்பதுபோல நடந்து கொள்ளுங்கள்.

"எனக்கு பயமேதும் இல்லாவிட்டால் நான் எப்படி நடந்து கொள்ளுவேன்? எப்படிப் பேசுவேன்? என் நடை எப்படி இருக்கும்? என் தோரணை எப்படி இருக்கும்?" என்று உங்களை நீங்களே கேட்டுக் கொள்ளுங்கள்.

உங்கள் பயம் உண்மையிலேயே உங்களைவிட்டுப் போகும்வரை, அது போய்விட்டதுபோலப் பாசாங்கு செய்யுங்கள். நீங்கள் தொடர்ந்து அவ்வாறு பாசாங்கு செய்து வந்தால், உங்கள் ஆழ்மனம் அதை உண்மை என்று நம்பி ஏற்றுக் கொண்டுவிடும். பிறகு உங்கள் பயம் உண்மையிலேயே மாயமாய் மறைந்துவிடும்.

துணிச்சலை ஒரு பழக்கமாக ஆக்கிக் கொள்ளுங்கள். பின்தங்குவதற்கு அல்லது முன்னோக்கிப் போவதற்கு உங்களுக்கு ஒரு வாய்ப்புக் கிடைக்கும்போதெல்லாம், முன்னால் போவதையே எப்போதும் தேர்ந்தெடுங்கள். "உங்களுக்கு முன்னால் ஒன்று, பின்னால் ஒன்று என்று இரண்டு ஆபத்துக்களை நீங்கள் எதிர்கொண்டிருக்கிறீர்கள் என்றால், முன்னால் இருக்கும் ஆபத்தை நோக்கியே எப்போதும் செல்லுங்கள்," என்று ஆப்பிரிக்க ஜூலூ இனப் பழமொழி ஒன்று கூறுகிறது. எப்போதும் முன்னோக்கிச் செல்வது ஒரு பழக்கமாக மாறும்வரை அதைச் செய்து கொண்டே இருப்பதென்று உறுதியெடுத்துக் கொள்ளுங்கள்.

## உங்கள் ஆரோக்கியமும் மகிழ்ச்சியும்

தனிப்பட்ட வெற்றிக்கும் உள ஆரோக்கியத்திற்கும் துணிச்சல் இன்றியமையாததாகும். துணிச்சல் என்பது நீங்கள் கற்றுக் கொள்ளக்கூடிய ஒரு பண்புநலன்தான். உங்கள் கடந்தகாலத்தில் உங்களுக்கு நேர்ந்த சில அனுபவங்கள், சில

குறிப்பிட்டச் சூழ்நிலைகளில் நீங்கள் தயங்கவோ அல்லது பயப்படவோ காரணமாக இருந்தால், துணிச்சலாக நடந்து கொள்ளுவதை மீண்டும் மீண்டும் பயிற்சி செய்வதன் மூலம் இந்தத் தயக்கத்திலிருந்தும் பயத்திலிருந்தும் மீண்டு ஒரு துணிச்சலான நபராக உங்களால் ஆக முடியும்.

தாங்கள் தங்களுடைய சிறு வயதில் வெற்றிகரமான நபர்களின் தன்வரலாறுகளையும் உண்மைக் கதைகளையும் படித்ததாக வெற்றியாளர்களில் பலர் கூறுகின்றனர். தங்கள் வாழ்வில் தாங்கள் எதிர்கொண்ட தடைகளை உடைத்தெறிந்து மாபெரும் விஷயங்களைச் சாதித்த மக்களின் கதைகளை அவர்கள் படித்தனர்.

## செய்முறைப் பயிற்சிகள்

1. யாரை எதிர்கொள்ளுவது குறித்து நீங்கள் பதற்றமாக உணருவீர்களோ அவரைப் பற்றி நினைத்துப் பாருங்கள். அல்லது, நீங்கள் எந்த நடவடிக்கையை மேற்கொள்ளுவது குறித்து பயப்படுகிறீர்களோ, அதை நினைத்துப் பாருங்கள். பிறகு, அந்த பயத்தை நோக்கித் துணிந்து செல்லுங்கள், அதை நேருக்கு நேர் எதிர்கொள்ளுங்கள். பிறகு அதைக் கையாளுங்கள், அந்த பயத்தை விரட்டியடியுங்கள்.
2. சுயபிரகடனத்தைப் பயிற்சி செய்யுங்கள். உங்களைப் பற்றி ஒவ்வொரு நாளும் நேர்மறையாகப் பேசுங்கள். “நான் மனம் வைத்தால் என்னால் எதையும் செய்ய முடியும்!” என்று மீண்டும் மீண்டும் கூறுங்கள். அது உங்களுடைய புதிய யதார்த்தமாக ஆகும்வரை அவ்வாறு தொடர்ந்து கூறுங்கள்.

அத்தியாயம் நான்கு

# உங்களுக்கு உண்மையானவராக நடந்து கொள்ளுங்கள்

உங்களுடைய நற்பெயர்தான் உங்களுடைய பெரும் சொத்து என்றால் அது மிகையல்ல. மக்கள் உங்களைப் பற்றிச் சிந்திக்கும் விதமும் பேசும் விதமும் மற்ற எந்தவொரு காரணியைவிடவும் அதிகமாக உங்கள் வெற்றியையும் முன்னேற்றத்தையும் தீர்மானிக்கின்றன. நீங்கள் நன்னடத்தையும் தகுதியும் வாய்ந்த ஒருவர் என்று மக்கள் உங்களைப் பற்றி நினைக்கும்போது, உங்கள் எதிர்காலம் ஒளியமயானதாக இருக்கும் என்று நீங்கள் உறுதியாக நம்பலாம்.

"உண்மைத்தன்மைதான் தலைமைத்துவத்தின் மிக முக்கியமான பண்புநலன்," என்று மேலாண்மை வல்லுனரான பீட்டர் டிரக்கர் கூறியுள்ளார். மக்கள் உங்களை எந்த அளவு நம்புகிறார்கள் என்பதும், நீங்கள் உங்கள் வாக்கைக் காப்பாற்றுவீர்கள் என்பதை எந்த அளவு அவர்கள் அறிந்திருக்கிறார்கள் என்பதும் வேறு எந்தவொரு காரணியைவிடவும் அதிக முக்கியமாகும்.

நீங்கள் செய்யும் எல்லாவற்றிலும் நேர்மையையும் நாணயத்தையும் கடைபிடிப்பதை ஒரு பழக்கமாக ஆக்கிக்

கொள்ளுங்கள். நாணயம் இல்லாவிட்டால் வேறு எதுவும் சாத்தியமில்லை. வாழ்வில் ஏதேனும் ஒரு பகுதியில் நாணயம் இல்லாமல் போவது, மக்களை அவர்களுடைய வாழ்நாள் முழுவதும் முன்னேறவிடாமல் தடுத்துக் கொண்டே இருக்கின்ற ஒரு மிகப் பெரிய குறைபாடாக அமையும்.

## நாணயம் என்றால் என்ன?

நாணயத்தை வரையறுக்கும்போது, ஏமாற்றுதல், பொய்யுரைத்தல், திருடுதல் ஆகியவற்றைப் பற்றி நாம் பேசவில்லை. பெரும்பாலான மக்கள் இவற்றைச் செய்வதில்லை. உண்மையில், தொண்ணூறு சதவீத மக்கள் நேர்மையானவர்களாக இருக்கின்றனர்.

நாணயம் என்றால் எல்லா விஷயங்களிலும் நீங்கள் உங்களுக்கு உண்மையானவராகவும் நேர்மையாகவும் நடந்து கொள்ளுவது என்று பொருள். இங்குதான் உண்மையான நாணயம் தொடங்குகிறது. நீங்கள் உங்களிடம் நேர்மையாக நடந்து கொள்ளாவிட்டால், மற்றவர்களுடனும் நீங்கள் நேர்மையின்றி நடந்து கொள்ள முற்படுவீர்கள். உண்மையைப் பேசுவதும், மற்றவர்களிடம் உண்மையாக நடந்து கொள்ளுவதும்தான் இங்கு முக்கியம்.

## உங்களுடைய உள்ளார்ந்த விழுமியங்கள்

உங்களிடம் நீங்கள் நேர்மையாக நடந்து கொள்ளுவது என்றால், உங்களுடைய உள்ளார்ந்த விழுமியங்களுக்கும் நம்பிக்கைகளுக்கும் இசைவாக நீங்கள் வாழுவது என்று பொருள். நீங்கள் எவற்றைக் குறித்து அக்கறை கொண்டுள்ளீர்களோ, எவற்றை முக்கியமானவையாக நீங்கள் கருதுகிறீர்களோ, எவை மற்றவர்களுடைய வாழ்வில் ஒரு வித்தியாசத்தை ஏற்படுத்துமோ, அவற்றை மட்டுமே நீங்கள் செய்கிறீர்கள் என்று பொருள்.

அக்கறை என்பதுதான் மிக முக்கியமான வார்த்தையாகும். நீங்கள் உங்கள் வேலையில் உண்மையிலேயே அக்கறை கொண்டிருந்தால், அந்த வேலைதான் உங்களுக்கு மிகப் பொருத்தமானதாக இருப்பதற்கான வாய்ப்பு அதிகம்.

உங்கள் வேலையில் உங்களுக்கு அக்கறை இல்லை என்றால், நீங்கள் ஒரு பொய்யை வாழ்ந்து கொண்டிருக்கிறீர்கள் என்று அர்த்தம். உங்கள் வேலையில் உங்களால் முழுமையாக ஈடுபட முடியவில்லை என்றால், உங்கள் வேலையில் ஏதோ பிரச்சனை என்பது அதற்கு அர்த்தமல்ல. மாறாக, அந்த வேலை உங்களுக்குப் பொருத்தமானது அல்ல என்பதே அதன் பொருளாகும். உங்களுக்கு அக்கறையில்லாத ஒரு வேலையில் உங்களால் ஒருபோதும் வெற்றி பெற முடியாது.

## உங்கள் உள்ளுணர்வை நம்புங்கள்

உங்கள் உட்குரல் கூறுவதை கவனமாகக் கேளுங்கள். அந்த உட்குரலைச் செவிமடுத்து, உங்கள் உள்ளுணர்வின்மீது நம்பிக்கை கொண்டு, அது கூறும் வழியில் நீங்கள் நடக்கத் தொடங்கும்போதுதான் மனித வாழ்வில் உண்மையான மகத்துவம் தொடங்குகிறது.

“நீங்கள் உங்கள் உட்குரலைக் காதுகொடுத்துக் கேட்கத் தொடங்கும்போது, நீங்கள் இனியும் எந்தத் தவறும் செய்ய மாட்டீர்கள்,” என்று ஏர்ல் நைட்டிங்கேல் கூறியுள்ளார்.

உள்ளுணர்வு எப்போதும் சரியாகவும் உண்மையாகவும் இருக்கிறது என்பது அதைப் பற்றிய அற்புதமான விஷயமாகும். என்ன செய்ய வேண்டும் என்று தெரியாமல் நீங்கள் தடுமாறுகின்ற ஒரு சூழ்நிலையில், ஒருசில கணங்கள் தனிமையில் அமர்ந்து, வெறுமனே உங்கள் உட்குரலைச் செவிமடுங்கள். நீங்கள் செல்ல வேண்டிய திசையையும், நீங்கள் மேற்கொள்ள வேண்டிய நடவடிக்கையையும் அது மிகத் துல்லியமாக உங்களுக்கு எடுத்துரைக்கும்.

அதே நேரம், உங்கள் உட்குரலுடன் முற்றிலும் முரண்பட்டிருக்கின்ற எதுவொன்றையும் ஒருபோதும் செய்யாதீர்கள். நீங்கள் உங்கள் உட்குரலின் வழிகாட்டுதலைப் பின்பற்றிச் சென்றால், நீங்கள் அரிதாகவே தவறிழைப்பீர்கள். நீங்கள் உங்களுடைய உட்குரலை எவ்வளவு அதிகமாக நம்புகிறீர்களோ, அது அவ்வளவு அதிகத் துல்லியமானதாக ஆகிறது, அவ்வளவு அதிக வேகமாகச் செயல்படுகிறது.

## கொடுத்த வாக்கைக் காப்பாற்றுங்கள்

நீங்கள் ஏதேனும் வாக்குக் கொடுத்தால், அதை எப்போதும் காப்பாற்றுங்கள். அடிக்கடி வாக்குறுதிகளை அள்ளி வழங்காதீர்கள், ஆனால், ஒன்றைச் செய்வதாக நீங்கள் ஒருவரிடம் கூறிவிட்டால், அதற்கு நீங்கள் என்ன விலை கொடுக்க வேண்டியிருந்தாலும் அதை முழுமையாகச் செய்து முடிப்பதில் உறுதியாக இருங்கள்.

வாக்குறுதிகளைப் பற்றிய ஒரு சுவாரசியமான விஷயம் இருக்கிறது. நீங்கள் ஒரு வாக்குக் கொடுத்து, அதன்படி நீங்கள் நடந்து கொள்ளும்போதெல்லாம், குறிப்பாக, அதற்காக நீங்கள் ஏதேனும் கூடுதல் முயற்சி செய்ய வேண்டியிருந்தாலோ அல்லது தியாகம் செய்ய வேண்டியிருந்தாலோ, நீங்கள் உங்களைப் பற்றி மிகவும் நல்லவிதமாக உணருவீர்கள். உங்கள் சுயமதிப்பும் தன்னம்பிக்கையும் அதிகரிக்கின்றன. கொடுத்த வாக்கைக் காப்பாற்றுவது உள்ளூர வலிமையானவராக உங்களை உணரச் செய்கிறது. அது உங்களுடைய தனிப்பட்டப் பெருமிதத்தை வெகுவாக மேம்படுத்துகிறது.

ஆனால் நீங்கள் ஒரு வாக்கைக் காப்பாற்றத் தவறும்போது அல்லது மீறும்போது, உள்ளூர எதிர்மறையாகவும் தாழ்வாகவும் நீங்கள் உணருவீர்கள். அது உங்களை பலவீனமாகவும் சிறுமையாகவும் உணரச் செய்யும். கொடுத்த வாக்கை நீங்கள் நிறைவேற்றாமல் போகும்போது, மற்றவர்களை விமர்சிப்பதற்கும் குறைகூறுவதற்கும் கண்டிப்பதற்கும் அது உங்களைத் தூண்டும். "எல்லோருமே வாக்குத் தவறத்தானே செய்கின்றனர்!" போன்ற சாக்குப்போக்குகளை நீங்கள் கூறத் தொடங்குவீர்கள்.

## கௌரவமான ஒருவராக இருங்கள்

இரண்டு வகையான வாக்குறுதிகள் உள்ளன. மற்றவர்களுக்கு நீங்கள் கொடுக்கும் வாக்குறுதிகள் ஒரு வகை. மற்றொன்று, உங்களுக்கு நீங்களே கொடுத்துக் கொள்ளுகின்ற வாக்குறுதிகள். மற்றவர்களுடனான உறவுகளில் நீங்கள் வாக்குத் தவறாதவர் என்ற நற்பெயரைப் பெறுவதும் ஒரு கௌரவமான நபராக இருப்பதும் எந்த அளவு முக்கியமோ, நீங்கள் உங்களிடம் வாக்குத் தவறாமல் இருப்பதும் அதே அளவு முக்கியமாகும்.

தினமும் உடற்பயிற்சி செய்யப் போவதாகவும், சரியான உணவை உண்ணப் போவதாகவும், சந்திப்புக்கூட்டங்களுக்குச் சரியான நேரத்தில் செல்லப் போவதாகவும், அல்லது ஒரு பயிற்சி வகுப்பில் கலந்து கொண்டு அதை முழுமையாகப் படித்து முடிக்கப் போவதாகவும் நீங்கள் உங்களுக்கு வாக்குக் கொடுத்தால், நீங்கள் அந்த வாக்குறுதிகளைக் காப்பாற்ற வேண்டியது இன்றியமையாதது. அந்த வாக்குறுதிகள் மற்றவர்களுக்குத் தெரியாது என்றாலும், நீங்கள் உங்களுக்கு ஒரு வாக்குக் கொடுத்து அதை நிறைவேற்றாமல் போகும்போது, அது உங்களுடைய சுயமதிப்பையும் தன்னம்பிக்கையையும் வெகுவாகக் குன்றச் செய்துவிடுகிறது.

மெதுவாகவும் எச்சரிக்கையாகவும் நன்றாகச் சிந்தித்தும் வாக்குக் கொடுங்கள். ஆனால், உங்களுக்கோ அல்லது மற்றவர்களுக்கோ நீங்கள் ஒருமுறை ஒரு வாக்குறுதியை வழங்கிவிட்டால், அதை நிறைவேற்றுவதில் முழுமூச்சாக ஈடுபடுங்கள். அதை நீங்கள் நிறைவேற்றி முடித்தவுடன் மக்கள் உங்களைப் பார்க்கும் விதத்திலும் நீங்கள் உங்களைப் பற்றி உணரும் விதத்திலும் உள்ள வித்தியாசத்தைக் கண்டு நீங்கள் அசந்து போவீர்கள்.

## செய்முறைப் பயிற்சிகள்

1. உங்கள் வாழ்வில் நீங்கள் அசௌகரியமாக உணருகின்ற அல்லது முழுமையாக ஈடுபட முடியாமல் இருக்கின்ற ஒரு பகுதியைக் கண்டறியுங்கள். ஒன்று, அதில் முழுமையாக உங்களை ஈடுபடுத்திக் கொள்ளுவதற்கு உறுதி பூணுங்கள், அல்லது அதிலிருந்து முற்றிலுமாக வெளியேறிவிட உறுதி பூணுங்கள்.
2. மற்றவர்களுக்கோ அல்லது உங்களுக்கோ நீங்கள் வழங்கியுள்ள, ஆனால் இதுவரை நிறைவேற்றியிராத வாக்குறுதிகளை நினைவுகூருங்கள். பிறகு, ஒரு குறிப்பிட்ட நாளுக்குள் அவற்றை நிறைவேற்ற உறுதியெடுத்துக் கொள்ளுங்கள்.

அத்தியாயம் ஐந்து

# ஒரு நேர்மறையான மனப்போக்கை வளர்த்துக் கொள்ளுங்கள்

“எதுவுமே தானாக நல்லதோ அல்லது கெட்டதோ அல்ல. ஆனால், நம்முடைய சிந்தனைதான் அதை நல்லதாகவோ அல்லது கெட்டதாகவோ ஆக்குகிறது,” என்று ஷேக்ஸ்பியர் எழுதியுள்ளார்.

வாழ்வில் எந்தவொரு தளத்திலும் நீங்கள் எவ்வளவு உயரத்தை எட்டுவீர்கள் என்பதை உங்கள் அறிவைவிட உங்கள் மனப்போக்கே பெருமளவு தீர்மானிக்கிறது என்று கூறப்படுகிறது.

நீங்கள் எவ்வளவு அதிக நேர்மறையானவராகவும் ஆக்கபூர்வமானவராகவும் ஆகிறீர்களோ, மற்றவர்கள் உங்களை அவ்வளவு அதிகமாக மதிக்கவும் விரும்பவும் செய்வர். உங்களுக்கு அதிகமான சம்பளம் வழங்கப்படும், வேகமாகப் பதவி உயர்வுகள் கிடைக்கும். அதிகமான மக்கள் உங்களை விரும்புவர், உங்களை ஆதரிப்பர், உங்களருகில் இருக்க விரும்புவர், உங்களுடன் ஒத்துழைக்க விரும்புவர்.

நீங்கள் எவ்வளவு அதிக நேர்மறையானவராக ஆகிறீர்களோ, மக்களிடையே அவ்வளவு அதிக செல்வாக்குக் கொண்டவராக ஆவீர்கள், அவர்களை உங்கள் கருத்துக்களுக்கு உடன்படச் செய்வது உங்களுக்கு அவ்வளவு அதிக சுலபமானதாக இருக்கும். சூரிய ஒளி பட்டவுடன் மலர்கள் மலர்வதைப்போல, தங்களிடம் கனிவாகவும் தோழமையாகவும் நடந்து கொள்ளுகின்றவர்களிடம் மக்கள் மனம்விட்டுப் பேசுவர்.

"நீங்கள் சொல்லுகின்ற விஷயங்களையும் செய்கின்ற விஷயங்களையும் மக்கள் மறந்துவிடுவர், ஆனால் நீங்கள் அவர்களை எவ்வாறு உணரச் செய்தீர்களோ அதை அவர்கள் எப்போதும் தங்கள் நினைவில் வைத்திருப்பர்," என்று மாயா ஏஞ்சலூ கூறியுள்ளார்.

## நன்னம்பிக்கை மனப்போக்கை வளர்த்துக் கொள்ளுங்கள்

உங்களுடைய வெற்றி மற்றும் முன்னேற்றத்தில் 85 சதவீதம் உங்களுடைய மனப்போக்கால்தான் தீர்மானிக்கப்படவிருக்கிறது. வாழ்வில் வெற்றியையும் மகிழ்ச்சியையும் நீங்கள் கைவசப்படுத்த விரும்பினால், நன்னம்பிக்கை மனப்போக்குதான் உங்களிடம் இருக்க வேண்டிய மிக முக்கியமான பண்புநலன் என்று பென்சில்வேனியா பல்கலைக்கழகத்தைச் சேர்ந்த மார்ட்டின் செலிக்மேன் கூறியுள்ளார். நன்னம்பிக்கை மனப்போக்கை நம்மால் அளவிடவும் முடியும், அதைக் கற்றுக் கொள்ளவும் முடியும்.

ஒரு நன்னம்பிக்கையாளராக, முற்றிலும் நேர்மறையான ஒரு நபராக ஆவதற்கு எப்படிக் கற்றுக் கொள்ளுவது? பெரும்பான்மை நேரம் நீங்கள் எதைப் பற்றி நினைக்கிறீர்களோ நீங்கள் அதுவாகவே ஆகிறீர்கள் என்பதால், நன்னம்பிக்கை மனப்போக்கை வளர்த்துக் கொள்ளுவதற்கான சிறந்த வழி, அது உங்களுடைய இயல்பாக ஆகும்வரை நன்னம்பிக்கையாளர்களைப்போலச் சிந்திப்பதுதான். பெரும்பான்மை நேரம் நன்னம்பிக்கையாளர்கள் எப்படிச் சிந்திக்கின்றனர் என்று நீங்கள் நினைக்கிறீர்கள்?

## உங்களுக்கு என்ன வேண்டுமோ அதைப் பற்றிச் சிந்தியுங்கள்

தங்களுக்கு என்ன வேண்டும் என்பதைப் பற்றியும் அதை எவ்வாறு பெறுவது என்பதைப் பற்றியும் நன்னம்பிக்கையாளர்கள் சிந்திக்கின்றனர். அவர்கள் தங்கள் இலக்குகளையும், அவற்றை அடைவதற்கு தினமும் தாங்கள் மேற்கொள்ளக்கூடிய நடவடிக்கைகளையும் பற்றிச் சிந்திக்கின்றனர். உங்களுக்கு முக்கியமான ஓர் இலக்கை நோக்கி நீங்கள் எடுத்து வைக்கின்ற ஒவ்வோர் அடியும் உங்களிடம் நேர்மறையான உணர்வை ஏற்படுத்தும், உங்களை சக்திவாய்ந்தவராக உணரச் செய்யும், உங்களிடம் நன்னம்பிக்கை மனப்போக்கை வளர்த்தெடுக்கும்.

நீங்கள் கவனிக்க வேண்டிய ஒரு முக்கியமான விஷயம் இது. உங்கள் வெளிமனத்தால் அடுத்தடுத்து நூற்றுக்கணக்கான எண்ணங்களை எண்ண முடியும், ஆனால், ஒரு நேரத்தில் ஒரே ஓர் எண்ணத்தை மட்டுமே அதனால் தக்கவைத்துக் கொள்ள முடியும் – அந்த எண்ணம் நேர்மறையானதோ அல்லது எதிர்மறையானதோ. நீங்கள் அடைய விரும்புகின்ற ஓர் இலக்கைப் பற்றியும் அதை அடைவதற்கு நீங்கள் மேற்கொள்ளக்கூடிய நடவடிக்கைகளைப் பற்றியுமான ஒரு நேர்மறையான எண்ணத்தால் உங்கள் மனத்தை உங்களால் நிரப்ப முடிந்தால், எதிர்மறையான எண்ணங்கள் உங்கள் மனத்தை அண்டாதபடி நீங்கள் தானாகவே அவற்றைத் தடுத்துவிடுகிறீர்கள்.

காலை, மாலை, இரவு என்று எல்லா நேரத்திலும் உங்கள் இலக்குகளைப் பற்றி நினைத்துக் கொண்டிருப்பது மாபெரும் வெற்றிக் கொள்கைகளில் ஒன்றாகும். உங்களுக்கு ஏதேனும் ஓர் எதிர்மறை அனுபவம் நிகழ்ந்தால், உடனே உங்கள் இலக்கைப் பற்றி நினையுங்கள். ஒரு பின்னடைவையோ அல்லது ஏமாற்றத்தையோ நீங்கள் எதிர்கொண்டால், அப்போதும் உங்கள் இலக்கைப் பற்றி எண்ணுங்கள். எதிர்மறையான சிந்தனைகளைத் தடுப்பது உங்கள் இயல்பாக ஆகும்வரை, உங்கள் இலக்கைப் பற்றி நினைத்துப் பார்ப்பதைப் பயிற்சி செய்யுங்கள்.

## மதிப்பான படிப்பினையைத் தேடுங்கள்

ஒவ்வொரு பின்னடைவிலும் சிக்கலிலும் உள்ள மதிப்புவாய்ந்த படிப்பினையைத் தேடுங்கள். நீங்கள்

எதிர்கொள்ளுகின்ற ஒவ்வொரு பிரச்சனையும் அல்லது முட்டுக்கட்டையும் ஏதோ ஒரு வகையான படிப்பினையை உள்ளடக்கியிருக்கின்றன. சில சமயங்களில், அவற்றில் ஏகப்பட்டப் படிப்பினைகள் அடங்கியிருக்கும். இச்சூழ்நிலையிலிருந்து உங்களால் என்ன கற்றுக் கொள்ள முடியும் என்று கேட்பதன் மூலம் அதிலுள்ள படிப்பினையை நீங்கள் தேடும்போது, உங்கள் மனம் நேர்மறையானதாக இருக்கிறது, உங்கள் உணர்ச்சிகள் உங்களுடைய முழுக் கட்டுப்பாட்டில் இருக்கின்றன.

## உங்கள் மனத்திற்குத் தொடர்ந்து ஊட்டமளியுங்கள்

நேர்மறையான யோசனைகள் மற்றும் தகவல்களால் தொடர்ந்து உங்கள் மனத்திற்கு ஊட்டமளியுங்கள். நேர்மறையான புத்தகங்களையும் கட்டுரைகளையும் படியுங்கள். உங்கள் தனிப்பட்ட வாழ்க்கையையும் தொழில்வாழ்க்கையையும் மேம்படுத்தக்கூடிய விஷயங்களைப் படியுங்கள். வாய்ப்புக் கிடைக்கும்போதெல்லாம் நேர்மறையான சொற்பொழிவுகளைக் கேளுங்கள், அப்படிப்பட்டப் பயிலரங்குகளில் கலந்து கொள்ளுங்கள். உங்கள் வாழ்வின் தரத்தை மேம்படுத்தக்கூடிய மதிப்பான மற்றும் ஆக்கபூர்வமான யோசனைகளை நீங்கள் அங்கே கற்றுக் கொள்ளுவீர்கள்.

## உங்கள் மனப்போக்கைக் கட்டுப்படுத்துங்கள்

உங்கள் மனப்போக்கு இரண்டு பகுதிகளை உள்ளடக்கியுள்ளது: முதலாவது, உங்களைக் குறித்து நீங்கள் கொண்டிருக்கும் மனப்போக்கு. இரண்டாவது, மற்றவர்கள் குறித்து நீங்கள் கொண்டிருக்கும் மனப்போக்கு. நீங்கள் மதிப்புவாய்ந்தவர் என்றும் நல்லவர் என்றும் நீங்கள் எவ்வளவு அதிகமாக எண்ணுகிறீர்களோ, நீங்கள் அவ்வளவு அதிக நேர்மறையாளராகவும் நன்னம்பிக்கையாளராகவும் வெற்றியாளராகவும் ஆவீர்கள்.

உங்களைக் குறித்து எவ்வளவு அதிகமாக ஒரு நேர்மறை மனப்போக்கு உங்களிடம் இருக்கிறதோ, மற்றவர்கள் குறித்து அவ்வளவு அதிக நேர்மறை மனப்போக்கு உங்களிடம் உருவாகும்.

இவை இரண்டும் ஒன்றுக்கொன்று தொடர்புடையவை. இவை இரண்டுக்கும் இடையே ஒரு நேரடித் தொடர்பு இருக்கிறது.

## உங்களுக்கு மற்றவர்களின் தேவை இருக்கிறது

உங்கள் வேலையில் நீங்கள் சாதிக்கின்ற எதுவொன்றுக்கும் ஏராளமான மக்களுடைய உதவியும் ஒத்துழைப்பும் உங்களுக்குத் தேவைப்படும். இன்று, மக்கள் தாங்களாக விரும்பினால் மட்டுமே உங்களுக்கு உதவுவரே அன்றி, கட்டாயத்தின் பேரில் அவர்கள் அவ்வாறு செய்வதில்லை. நீங்கள் மற்றவர்களிடம் எப்போதும் நேர்மறையாக நடந்து கொண்டும், அவர்களிடம் இருக்கும் நல்ல விஷயங்களைத் தேடிக் கொண்டும், அவர்கள் கூறுவதைப் பரிவோடு காதுகொடுத்துக் கேட்டுக் கொண்டும், அவர்களிடம் ஏகப்பட்டக் கேள்விகளைக் கேட்டுக் கொண்டும் இருந்தால், அவர்கள் உங்களிடம் அன்போடு நடந்து கொள்ளுவர், உங்களுடைய தாக்கத்திற்கு உட்படத் தயாராக இருப்பர். அவர்கள் உங்களுக்கு உதவ விரும்புவர், உங்களுடன் சேர்ந்து வேலை செய்ய விரும்புவர், நீங்கள் உங்கள் இலக்குகளை அடைய உங்களுக்கு உதவுவதற்காக உங்களுடன் ஒத்துழைக்க விரும்புவர்.

சில ஆண்டுகளுக்கு முன்பு, கார்னகி தொழில்நுட்ப மையம் ஓர் ஆய்வை மேற்கொண்டது. ஒரு பத்தாண்டு காலத்தின் ஊடாகப் பெருநிறுவனங்களிலிருந்து பணிநீக்கம் செய்யப்பட்டோரில் 95 சதவீதத்தினர், சக ஊழியர்களுடன் கலந்து பழகுவதற்கான திறனின்மை காரணமாகவே பணிநீக்கம் செய்யப்பட்டதாக அந்த ஆய்வு கண்டுபிடித்தது. அவர்களுடைய எதிர்மறை மனப்போக்குதான் அவர்களுடைய பிரச்சனையாக இருந்ததே அன்றி, அவர்கள் தகுதியற்றவர்கள் என்பது அல்ல.

நேர்மறை மனப்போக்கைக் கொண்ட மக்களுக்கு எப்போதும் பதவி உயர்வு வழங்கப்படுகிறது, பெரிய பொறுப்புகளைக் கொண்ட பதவிகள் அவர்களுக்குக் கொடுக்கப்படுகின்றன. ஏனெனில், இத்தகைய பதவி உயர்வுகளை வழங்கக்கூடிய அதிகாரம் படைத்தவர்கள் இனிமையான மக்கள் தங்களைச் சூழ்ந்திருக்க வேண்டும் என்று விரும்புகின்றனர்.

## செய்முறைப் பயிற்சிகள்

1. உங்களுடைய இலக்குகளைப் பற்றியும், அவற்றை அடைவதற்கு தினமும் நீங்கள் மேற்கொள்ளக்கூடிய நடவடிக்கைகளைப் பற்றியும் சிந்தித்துப் பாருங்கள். நீங்கள் உண்மையிலேயே ஒரு நேர்மறையான நபராக ஆகும்வரை, நீங்கள் அடைய விரும்புகின்ற இலக்குகளைப் பற்றிய நேர்மறையான எண்ணங்களால் உங்கள் மனத்தைத் தொடர்ந்து நிரப்பி வாருங்கள்.
2. இன்று நீங்கள் கையாண்டு கொண்டிருக்கின்ற ஒரு கடினமான சூழ்நிலையிலிருந்து உங்களால் என்ன பாடம் கற்றுக் கொள்ள முடியும் என்று கண்டுபிடியுங்கள். எதிர்காலத்தில் நீங்கள் அதிக வெற்றிகரமாகத் திகழுவதற்கு உங்களுக்கு உதவக்கூடிய மதிப்புவாய்ந்த ஏதேனும் படிப்பினை அதில் இருக்கிறதா என்று தேடிப் பாருங்கள்.

அத்தியாயம் ஆறு

# நேர்மறையாகப் பேசுங்கள், சிறந்ததையே எதிர்பாருங்கள்

மற்றவர்களுடன் நீங்கள் எப்படிப் பேசுகிறீர்கள் என்பது உங்கள் வாழ்வின் தரத்தைப் பெருமளவு தீர்மானிக்கிறது. தலைமைத்துவத்திலும் வியாபாரத்திலும் எந்தத் திறமைகள் மிகவும் முக்கியமானவை என்று பட்டியலிடும்படி ஓர் ஆய்வில் மூத்த அதிகாரிகளிடம் கேட்டுக் கொள்ளப்பட்டது. மற்ற அனைத்துத் திறமைகளைவிடவும் கருத்துக்களைப் பரிமாறிக் கொள்ளுவதற்கான திறன்தான் மிக முக்கியமானது என்று அவர்களில் 86 சதவீத அதிகாரிகள் கூறினர்.

கருத்துப் பரிமாற்றத் திறன் என்பது மற்றவர்களுடனான கருத்துப் பரிமாற்றத்தை மட்டுமே உள்ளடக்கிய ஒன்றல்ல. மாறாக, உள்ளார்ந்த உரையாடல் மற்றும் நேர்மறையான சுயபேச்சைப் பொருத்தவரை நீங்கள் உங்களோடு எப்படிக் கருத்துப் பரிமாற்றத்தில் ஈடுபடுகிறீர்கள் என்பதும் அதில் அடங்கும்.

## நீங்கள் விளக்கமளிக்கும் பாணி

உங்களுடைய 95 சதவீத உணர்ச்சிகள் உங்களுக்குள் நிகழும் உள்ளார்ந்த உரையாடலால்தான் தீர்மானிக்கப்படுகின்றன. அதாவது, உங்களுடைய 'விளக்கமளிக்கும் பாணி'தான் உங்கள் உணர்ச்சிகளில் பெருமளவைத் தீர்மானிக்கிறது. விஷயங்களை நீங்கள் உங்களிடமும் மற்றவர்களிடமும் ஒரு நேர்மறையான மற்றும் ஆக்கபூர்வமான விதத்தில் விளக்கும்போது, நீங்கள் அமைதியாகவும் தெளிவாகவும் இருக்கிறீர்கள். சூழ்நிலை உங்கள் கட்டுப்பாட்டில் இருக்கிறது. விஷயங்களை நீங்கள் ஓர் எதிர்மறையான விதத்தில் விளக்கினால், உங்கள் மனநிலை உடனடியாக எதிர்மறையாக மாறுகிறது, நீங்கள் கோபமடைகிறீர்கள், உங்கள் செயற்திறன் குன்றிவிடுகிறது.

உங்களுடைய வார்த்தைகளை எச்சரிக்கையாகத் தேர்ந்தெடுங்கள். நேர்மறையான வார்த்தைகளைப் பயன்படுத்துங்கள். 'பிரச்சனை' என்ற எதிர்மறையான வார்த்தை ஒன்றை நீங்கள் பயன்படுத்தும்போது, அது எதிர்மறையான உணர்ச்சிகளைத் தூண்டுகிறது. அதற்கு பதிலாக, 'சூழ்நிலை' என்ற நடுநிலையான ஒரு வார்த்தையை நீங்கள் பயன்படுத்தலாம்.

'சவால்' என்ற வார்த்தை அதைவிடச் சிறந்தது. "நாம் இன்று ஒரு சுவாரசியமான சவாலை எதிர்கொண்டுள்ளோம்," என்று கூறுங்கள். எதிர்பாராத சவால், விநோதமான சவால் ஆகிய வார்த்தைகளையும் நீங்கள் பயன்படுத்தலாம்.

ஒரு சவால் என்பது உங்களிடமும் மற்றவர்களிடமும் இருக்கின்ற மிகச் சிறந்தவற்றை வெளிக் கொணருகின்ற ஒன்று. இன்னும் சொல்லப் போனால், ஒரு நேர்மறையான விதத்தில் நீங்கள் எதிர்பார்த்துக் காத்திருக்கின்ற ஒன்று அது.

ஒரு பிரச்சனையை விவரிப்பதற்கான சிறந்த வார்த்தை 'வாய்ப்பு' என்பதுதான். வியாபாரத்திலும் வாழ்க்கையிலும் வருகின்ற மிகப் பெரிய வாய்ப்புகளில் சில, துவக்கத்தில் பிரச்சனைகள்போலவோ அல்லது முட்டுக்கட்டைகள்போலவோ மாறுவேடம் தரித்து வருகின்றன. சில சமயங்களில், நீங்கள் புதிதாக அறிமுகப்படுத்துகின்ற ஒரு பொருள் சரியாக விற்பனையாகாமல் போவதுகூடத் துவக்கத்தில் ஒரு

பிரச்சனைபோலத் தோன்றினாலும், ஒரு நல்ல வாய்ப்பை உள்ளடக்கிய ஒரு விஷயமாக அது அமையக்கூடும்.

## நேர்மறையான சுயபேச்சு

உங்களைப் பற்றி எப்போதும் நேர்மறையாகப் பேசுங்கள். பின்னொரு நாள் நீங்கள் பின்வருத்தம் கொள்ளும்படியான எந்தவொரு விஷயத்தையும் உங்களைப் பற்றிப் பேசாதீர்கள். உங்களை விமர்சிக்காதீர்கள், உங்களைச் சிறுமைப்படுத்தாதீர்கள். நீங்கள் ஒரு தவறு செய்துவிட்டால், உடனடியாக, “அடுத்த முறை நான் சிறப்பாகச் செயல்படுவேன்,” என்று உங்களுக்கு நீங்களே கூறிக் கொள்ளுங்கள்.

வாழ்க்கை எப்படிப் போய்க் கொண்டிருக்கிறது என்று யாரேனும் உங்களிடம் கேட்டால், வாழ்க்கை மிகச் சிறப்பாகப் போய்க் கொண்டிருப்பதாகக் கூறுங்கள். உங்களுக்குப் பிரச்சனைகள் இருந்தாலும், அது குறித்து மற்றவர்களிடம் நீங்கள் பேசவோ அல்லது உங்கள் கவலையை வெளிப்படுத்தவோ தேவையில்லை.

## உங்கள் ஆழ்மனத்தைப் பயிற்றுவியுங்கள்

நீங்கள் உங்களைப் பற்றி உங்களிடம் நேர்மறையாகப் பேசும்போது, அந்த வார்த்தைகளை உங்களுடைய கட்டளைகளாக உடனே உங்கள் ஆழ்மனம் ஏற்றுக் கொண்டுவிடும். பிறகு அது உங்கள் சுயபேச்சுக்கு இசைவானதாக இருக்கின்ற உணர்ச்சிகளையும் உணர்வுகளையும் உங்களிடம் தூண்டும், உங்கள் உடல்மொழியையும் மாற்றும். நீங்கள் இன்று இருக்கும் விதத்தை மனத்தில் கொண்டு உங்களைப் பற்றி எதிர்மறையாகப் பேசாதீர்கள். எதிர்காலத்தில் நீங்கள் எப்படிப்பட்டவராக இருக்க விரும்புகிறீர்களோ, அதைப் பிரதிபலிக்கும் விதமாக உங்கள் சுயபேச்சு அமையட்டும். நீங்கள் இதை எவ்வளவு அதிகமாகப் பயிற்சி செய்கிறீர்களோ, அவ்வளவு அதிகமாக உங்கள் சுயபேச்சுக்கு இசைவான உணர்ச்சிகளை நீங்கள் அனுபவிப்பீர்கள்.

எப்போதும் நன்னம்பிக்கையோடும் குதூகலமாகவும் இருங்கள். உங்களைச் சுற்றிலும் இருக்கும் மக்களுக்கு ஒரு நிரந்தர

ஊக்குவிப்பாகவும் ஆதரவாகவும் இருங்கள். உங்களின்கீழ் வேலை செய்பவர்கள் சிறப்பாக வேலை செய்து கொண்டிருப்பதாக அவர்களிடம் நேரடியாகக் கூறுங்கள். அவர்கள் செய்து கொடுக்கின்ற சிறிய மற்றும் பெரிய வேலைகளுக்காக எப்போதும் அவர்களுக்கு நன்றி கூறுங்கள்.

## நேர்மறையான எதிர்பார்ப்புகள்

உங்களிடமிருந்தும் மற்றவர்களிடமிருந்தும் எப்போதும் நேர்மறையான விஷயங்களை மட்டுமே எதிர்பார்ப்பது மிகவும் சக்திவாய்ந்த ஊக்குவிப்பு உத்திகளில் ஒன்று. அதனால்தான், மக்களிடமும் ஒவ்வொரு சூழ்நிலையிலும் நல்லவற்றை மட்டுமே நீங்கள் தேட வேண்டும்.

நேர்மறையான எதிர்பார்ப்புகளால் ஏற்படுகின்ற விளைவுகளைப் பற்றி ஹார்வர்டு பல்கலைக்கழகத்தைச் சேர்ந்த டேவிட் ரோசென்தால் பல ஆண்டுகளாக ஆய்வு மேற்கொண்டு வந்துள்ளார். நாம் விரும்புவது நமக்குக் கிடைப்பதில்லை, மாறாக, நாம் எதை எதிர்பார்க்கிறோமோ அதையே நாம் பெறுகிறோம் என்று அவருடைய ஆய்வின் முடிவு தெரிவித்தது.

உங்களுடைய எதிர்பார்ப்புகள் மற்றவர்களுடைய நடத்தையின்மீது சக்திவாய்ந்ததொரு தாக்கத்தை ஏற்படுத்துகின்றன.

நீங்கள் வளர்ந்து வரும்போது, உங்கள் பெற்றோர் உங்களிடம் கொண்டிருந்த எதிர்பார்ப்புகள் உங்கள்மீது அளப்பரிய தாக்கத்தை ஏற்படுத்தின. நீங்கள் வளர்ந்த பிறகும்கூட அவை உங்கள் மனப்போக்கின்மீதும் உங்களைப் பற்றி நீங்கள் கொண்டிருக்கின்ற நம்பிக்கைகள்மீதும் பெரும் தாக்கம் விளைவித்தன. நம்முடைய வாழ்வில் நாம் எதிர்கொள்ளுகின்ற பெரும்பாலான பிரச்சனைகளுக்கு, நம்முடைய வாழ்வின் முதல் ஐந்து ஆண்டுகளில் நம்மை நோக்கி ஏவப்பட்ட விமர்சனங்களும் நாம் கொண்டிருந்த எதிர்மறையான எதிர்பார்ப்புகளும்தான் காரணம்.

## உங்கள் எதிர்பார்ப்புகள் உங்கள் வாழ்க்கையின்மீது தாக்கம் ஏற்படுத்துகின்றன

உங்கள் வாழ்க்கைத்துணைவர் மற்றும் குழந்தைகளிடம் நீங்கள் கொண்டுள்ள எதிர்பார்ப்புகள் பின்னாளில் அவர்கள் எப்படிப்பட்டவர்களாக ஆகிறார்கள் என்பதன்மீதும், அவர்கள் தங்களைக் குறித்து எத்தகைய உணர்வுகளைக் கொண்டுள்ளனர் என்பதன்மீதும் ஓர் அளப்பரிய தாக்கத்தை ஏற்படுத்துகின்றன. அவர்கள் செய்யும் எல்லாவற்றிலும் அவர்களிடமிருந்து மிகச் சிறந்த விளைவுகளையே நீங்கள் எதிர்பார்க்கிறீர்கள் என்பதை எப்போதும் அவர்களிடம் கூறுங்கள்.

உங்கள் மேலதிகாரியின் எதிர்பார்ப்புகள் உங்கள் வேலையில் நீங்கள் செயல்படும் விதத்தின்மீதும் உங்கள் வேலையைப் பற்றி நீங்கள் உணரும் விதத்தின்மீதும் ஒரு நேரடித் தாக்கத்தை ஏற்படுத்துகின்றன. நேர்மறையான எதிர்பார்ப்புகளைக் கொண்டுள்ள மேலதிகாரிகள்தான் சிறந்த மேலதிகாரிகள் என்று கூறப்படுகிறது. தங்களின்கீழ் பணியாற்றுகின்ற நபர்களிடம் தாங்கள் மிகுந்த நம்பிக்கை கொண்டிருப்பதாக அவர்கள் அந்நபர்களிடம் நேரடியாகக் கூறுகின்றனர்.

உங்களுடைய ஊழியர்களிடம் நீங்கள் கொண்டுள்ள எதிர்பார்ப்புகள் அவர்கள்மீது தாக்கம் ஏற்படுத்துகின்றன. ஒவ்வொருவரிடமும் நல்லதையே தேடுவதும் அவர்களிடமிருந்து சிறந்த விளைவுகளையே எதிர்பார்ப்பதும்தான் உங்கள் நோக்கமாக இருக்க வேண்டும். அது உங்களுக்கு ஒருபோதும் ஏமாற்றமளிக்காது.

இறுதியாக, உங்களிடம் நீங்கள் கொண்டுள்ள எதிர்பார்ப்புகள்தான் எல்லாவற்றையும்விட அதிகத் தாக்கத்தை ஏற்படுத்துகின்றன. நீங்கள் சிறப்பாகச் செயல்படுவீர்கள் என்று நீங்கள் எதிர்பார்த்தால், நீங்கள் சிறப்பாகவே செயல்படுவீர்கள். நீங்கள் ஒரு வெற்றியாளராக விளங்குவீர்கள் என்று நீங்கள் எதிர்பார்த்தால் நிச்சயமாக நீங்கள் ஒரு வெற்றியாளராக ஆவீர்கள். நீங்கள் அளவான உணவு உட்கொள்ளுவீர்கள் என்றும், உங்கள் திட்டங்களை முறையாகச் செயல்படுத்துவீர்கள் என்றும் நீங்கள் எதிர்பார்த்தால், நீங்கள் அவற்றைச் செவ்வனே நிறைவேற்றுவீர்கள்.

## மாபெரும் விஷயங்களை எதிர்பாருங்கள்

நீங்கள் உங்களிடமிருந்தும் உங்களைச் சுற்றி இருப்பவர்களிடமிருந்தும் மாபெரும் விஷயங்களை எதிர்பார்த்தால், நீங்கள் ஒருபோதும் ஏமாற்றமடைய மாட்டீர்கள். ஆனால் நீங்கள் எதிர்மறையான விஷயங்களை எதிர்பார்த்தால், அப்போதும் உங்களுக்கு ஏமாற்றம் ஏற்படாது. ஏனெனில், உங்கள் எதிர்பார்ப்பின்படியே எதிர்மறையான விஷயங்கள் நிகழும்.

அமெரிக்காவின் மாபெரும் செல்வந்தர்களில் ஒருவராகத் திகழ்ந்த கிளெமன்ட் ஸ்டோன், சிக்காகோ நகரின் வீதிகளில் செய்தித்தாள்களை விநியோகித்த ஓர் அனாதைச் சிறுவனாகத் தன் வாழ்க்கையைத் துவக்கினார். உலகம் நமக்கு நன்மை செய்வதற்காகவே காத்திருப்பதாக நம்பும்படி அவர் தான் சந்தித்த ஒவ்வொருவரிடமும் வலியுறுத்தினார்.

உலகம் தனக்குக் கெடுதல் செய்வதற்காகவே காத்திருப்பதாக நம்புகின்ற பலர் இருக்கின்றனர். அவர்கள் மற்றவர்களை ஒருபோதும் நம்புவதில்லை. மாறாக, எல்லோரையும் சந்தேகக் கண்களுடனேயே அவர்கள் பார்க்கின்றனர். ஒவ்வொரு சூழ்நிலையிலும் மிக மோசமான விளைவுகளையே அவர்கள் எதிர்பார்க்கின்றனர். தங்களைக் கீழே தள்ளுவதற்காகத்தான் மற்றவர்கள் காத்திருக்கின்றனர் என்று அவர்கள் உறுதியாக நம்புகின்றனர்.

இதற்கு நேர்மாறான மனிதர்கள், உலகம் தங்களுக்கு நல்லது செய்வதற்காகவும் தாங்கள் அதிக வெற்றிகளைப் பெறத் தங்களுக்கு உதவுவதற்காகவும் செயல்பட்டுக் கொண்டிருப்பதாக நம்புகின்றனர். ஒவ்வொரு நபரையும் ஒவ்வொரு பிரச்சனையையும் ஒவ்வொரு சூழ்நிலையையும் தங்களுடைய எதிர்கால வெற்றிக்குப் பங்களிக்கின்ற அம்சங்களாக இவர்கள் பார்க்கின்றனர்.

உங்களுடைய உள்ளார்ந்த உரையாடல் எப்போதும் நேர்மறையானதாக இருக்கும்படி பார்த்துக் கொள்ளுங்கள். மற்றவர்களுடன் பேசும்போதும் நேர்மறையாகவே பேசுங்கள். சிறந்தவற்றையே எப்போதும் எதிர்பாருங்கள். எல்லோரிடமும் நல்ல விஷயங்களையே எப்போதும் தேடுங்கள். நீங்கள் அவர்களை மெச்சுவதாகவும் அவர்கள்மீது அளப்பரிய நம்பிக்கை

கொண்டிருப்பதாகவும் அவர்களிடம் கூறுங்கள். இந்த வகையான கண்ணோட்டம் உங்கள் தொழில்வாழ்க்கையில் ஏற்படுத்துகின்ற வித்தியாசத்தைக் கண்டு நீங்கள் பெரிதும் வியப்பீர்கள்.

## செய்முறைப் பயிற்சிகள்

1. தினமும் காலையில் எழுந்தவுடன், "நான் மகிழ்ச்சியாக இருக்கிறேன்! நான் ஆரோக்கியமாக இருக்கிறேன்! நான் வெற்றிகரமாக இருக்கிறேன்!" என்று உற்சாகமாகக் கூறுங்கள். நீங்கள் எப்படி இருக்கிறீர்கள் என்று யாரேனும் உங்களிடம் கேட்கும்போதெல்லாம், ஒரு பெரிய புன்னகையுடன், "நான் மட்டற்ற மகிழ்ச்சியோடு இருக்கிறேன்!" என்று கூறுங்கள்.
2. உங்களிடமிருந்தும் மற்றவர்களிடமிருந்தும் சிறந்தவற்றையே எப்போதும் எதிர்பாருங்கள். அடுத்தவர்களிடம் பேசும்போது, அவர்கள் வெற்றியாளர்களாக ஆகப் போகிறார்கள் என்றும், அவர்கள் தங்கள் வேலையில் சிறப்புறுவார்கள் என்றும் நீங்கள் உறுதியாக நம்புவதாக அவர்களிடம் கூறுங்கள். உங்களுடைய எதிர்பார்ப்புகள் அவர்களுடைய உணர்ச்சிகளையும் அவர்களுடைய நடத்தையையும் செதுக்கி வடிவமைக்கின்றன.

அத்தியாயம் ஏழு

# எப்போதும் ஒரு செயல்வீரராக இருங்கள்

தொலைக்காட்சி, வானொலி, பத்திரிகைகள், செய்தித்தாள்கள், வலைப்பதிவுகள் ஆகியவற்றிலும் நேரடியாகப் பார்வையாளர்கள் முன்னிலையிலும் நான் ஒரு பேச்சாளராக இதுவரை ஐயாயிரத்திற்கும் அதிகமான பேட்டிகள் கொடுத்துள்ளேன். "வெற்றிக்கான ரகசியம் என்ன?" என்பதுதான் மக்கள் என்னிடம் மீண்டும் மீண்டும் கேட்கின்ற கேள்வியாகும்.

ஊக்குவிப்புப் பேச்சாளரும் நூலாசிரியருமான ஆக் மேன்டினோ என்னிடம் ஒருமுறை இப்படிக் கூறினார்: "வெற்றிக்கு எந்த ரகசியமும் இல்லை. மாறாக, காலத்தால் அழியாத பல உண்மைகள் மீண்டும் மீண்டும் கண்டுபிடிக்கப்பட்டுக் கொண்டிருக்கின்றன."

ஆனால், எடுத்தக் காரியத்தை முழுமையாக நிறைவேற்றுவது வெற்றிக்கான மாபெரும் ரகசியங்களில் ஒன்று என்று நான் கருதுகிறேன். எந்த விளைவுகளை மக்கள் விரும்புகின்றனரோ, எவை அவர்களுக்குத் தேவையோ, எவற்றை அவர்கள் மதிக்கிறார்களோ, எவற்றுக்காக உங்களுக்குப்

பணம் கொடுக்க அவர்கள் தயாராக இருக்கிறார்களோ, அந்த விளைவுகளைப் பெற்றுக் கொடுப்பதற்கான உங்கள் திறனின் அடிப்படையில்தான் மக்கள் உங்களை எடை போடுகின்றனர். உயர்ந்த சம்பளங்களைப் பெறுகின்ற, பெரும் பொறுப்புகளை உள்ளடக்கிய பதவிகளுக்கு உயர்த்தப்படுகின்ற மக்கள், தங்களிடம் ஒப்படைக்கப்படும் வேலைகளை முழுமையாக நிறைவேற்றுவதற்குப் புகழ்பெற்றவர்களாக இருக்கின்றனர். ஒரு சராசரி ஊழியர் பெற்றுக் கொடுக்கின்ற விளைவுகளைவிட அதிக விளைவுகளைப் பெற்றுக் கொடுப்பவர்களாக அவர்கள் இருக்கின்றனர்.

## விளைவுகள்மீது கவனத்தைக் குவியுங்கள்

“என்னிடமிருந்து என்ன மாதிரியான விளைவுகள் எதிர்பார்க்கப்படுகின்றன?” என்பதுதான் ஓர் உயரதிகாரி கேட்க வேண்டிய முதல் கேள்வி என்று பீட்டர் டிரக்கர் கூறியுள்ளார். இதுதான் உங்களுடைய முதல் கேள்வியாகவும் இருக்க வேண்டும்.

எடுத்துக் கொண்ட ஒரு வேலையைத் தொடர்ந்து செய்து கொண்டே இருப்பதுதான் அதைச் செய்து முடிப்பதற்கான வழியாகும். ஒரு வேலையைத் துவக்குவதும் அதை முழுமையாக நிறைவேற்றுவதும் எப்படி என்பது பற்றி ‘கெட்டிங் திங்ஸ் டன்’ என்ற தன்னுடைய புத்தகத்தில் டேவிட் ஆலன் பேசுகிறார்.

பெருநிறுவனத் தலைவர்கள் 104 பேரிடம் நடத்தப்பட்ட ஓர் ஆய்வில், பெருநிறுவனங்களில் வேகமாக முன்னேறுவதற்குத் தேவையான மிக முக்கியமான பண்புநலன்கள் எவை என்று அவர்களிடம் கேட்கப்பட்டது. பெரும்பாலானோர் இரண்டு பண்புநலன்களில் உடன்பட்டனர். முதலாவது, முன்னுரிமைகளைத் தீர்மானிப்பதற்கான திறன். அதாவது, எது அதிக முக்கியமானது, எது அவ்வளவு முக்கியமானது அல்ல என்பதைத் தீர்மானிப்பதற்கான திறன். இரண்டாவது, ஒரு வேலையை விரைவாகத் துவக்கி விரைவாகவும் சிறப்பாகவும் நிறைவேற்றுவதற்கான திறன்.

## வாய்ப்புகளை வேகமாகப் பயன்படுத்திக் கொள்ளுங்கள்

எந்த வேலையைக் கொடுத்தாலும் உடனடியாகவும் சிறப்பாகவும் செய்து முடிக்கக்கூடியவராக ஆவதுதன் நீங்கள் உங்கள் தொழில்வாழ்க்கையில் வேகமாக முன்னேறுவதற்குத் தேவையான மிக முக்கியமான அம்சமாகும். ஒரு வேலை வேகமாகச் செய்து முடிக்கப்பட வேண்டும் என்றால் நீங்கள்தான் சரியான நபர் என்பதுதான் நீங்கள் உருவாக்கிக் கொள்ளக்கூடிய சிறந்த நற்பெயராகும். ஒரு வேலையை யார் வேண்டுமானாலும் செய்யலாம். ஆனால், வேகம் என்று வரும்போது, உங்கள் நிறுவனத்தில் உள்ளவர்கள் உங்களைப் பற்றித்தான் நினைக்க வேண்டும்.

ஒரு செயல்வீரராக இருப்பது பதவி உயர்வுகளைப் பெறுவதற்கான முக்கியமான பண்புநலன்களில் ஒன்று. நீங்கள் ஒரு வேலையைச் சிறப்பாகச் செய்து முடிப்பவராக இருந்தாலும், அதை மெதுவாகச் செய்தீர்களென்றால், அது உங்கள் முன்னேற்றத்திற்கான மிகப் பெரிய தடையாக இருக்கும்.

## நடவடிக்கை எடுப்பதற்கு முன்னுரிமை கொடுங்கள்

வெற்றிகரமான மக்கள் பல நல்ல போக்குகளைக் கடைபிடிப்பர். அவர்களுடைய சிந்தனைப் போக்கு, சராசரி நபர்களிடமிருந்து அவர்களைத் தனித்துக் காட்டுகிறது. அவர்கள் செயல்வீரர்களாக இருப்பதால், தங்களுடைய இலக்குகளை அடைவதற்குத் தாங்கள் மேற்கொள்ள வேண்டிய நடவடிக்கைகளைப் பற்றியே அவர்கள் எப்போதும் சிந்தித்துக் கொண்டிருக்கின்றனர்.

அவர்கள் ஒருபோதும் ஓய்ந்திருப்பதில்லை, அவர்கள் வேகமாக நடக்கின்றனர், வேகமாகச் செயல்படுகின்றனர், வேகமாகச் சிந்திக்கின்றனர், வேகமாகப் பேசுகின்றனர். அவர்கள் பொறுமையற்றவர்களாக இருக்கின்றனர். வேலைகளைத் துவக்குவதையும் நிறைவேற்றுவதையும் பற்றி அவர்கள் தொடர்ந்து சிந்திக்கின்றனர்.

வேலைகளை வேகமாகத் துவக்கி அவற்றை முழுமையாகவும் வேகமாகவும் நிறைவேற்றுவதுதான் வெற்றிக்கான ரகசியம் என்றால், உங்களிடம் நீங்கள் கேட்டுக் கொள்ள வேண்டிய அடுத்தக் கேள்வி, “குறிப்பிட்ட எந்த வேலையை நான் இப்போது மேற்கொள்ள வேண்டும்?” என்பதுதான்.

## மிக முக்கியமான வேலையை முதலில் செய்யுங்கள்

மேற்கூறப்பட்டக் கேள்விக்கான விடை எளிதானது. நீங்கள் வேகமாகவும் கடினமாகவும் உழைக்கப் போகிறீர்கள் என்றால், நம்பகமான முறையில் செயல்பட்டு உங்கள் வேலைகளை நிறைவேற்றப் போகிறீர்கள் என்றால், உங்கள் வேலையில் உங்களிடமிருந்து எதிர்பார்க்கப்படுகின்ற விளைவுகளைப் பெற்றுக் கொடுக்கக்கூடிய அந்தத் தனிப்பெரும் முக்கியமான வேலையைச் செய்யத் தொடங்குங்கள்.

முன்னுரிமைகளை நிர்ணயித்துக் கொள்ளுங்கள், மிக முக்கியமான வேலை எது என்பதைத் தீர்மானித்துக் கொள்ளுங்கள், பிறகு அதன்மீது 100 சதவீதம் ஒருமித்தக் கவனம் செலுத்தி, அந்த வேலை நிறைவேறும்வரை அதிலிருந்து உங்கள் பார்வையை அகற்றாதீர்கள்.

நீங்கள் அதிகப் பணம் சம்பாதிக்க விரும்புகிறீர்களா? நீங்கள் உங்கள் வேலையில் சிறப்புற்று அதிக மதிப்புவாய்ந்த விளைவுகளைப் பெற விரும்புகிறீர்களா? குறிப்பாக, எல்லாவற்றையும்விட மிக முக்கியமான விளைவுகளாக உங்கள் மேலதிகாரி கருதுகின்ற விளைவுகளைப் பெறுவதில் நீங்கள் ஆர்வமாக இருக்கிறீர்களா? அப்படியென்றால், உங்கள் நிறுவனத்திற்கு மிகப் பெரிய பங்களிப்பை வழங்கக்கூடிய முக்கியமான வேலைகள் எவை என்பதைக் கண்டுபிடியுங்கள். பிறகு அவற்றைத் துவக்கி, அவை நிறைவேறும்வரை தொடர்ந்து செயல்பட்டுக் கொண்டே இருங்கள்.

நடவடிக்கை மனப்போக்கையும், வேலைகளை வேகமாகத் துவக்கி அவற்றை முழுமையாக நிறைவேற்றுவதற்கான ஒருவித அவசர உணர்வையும் நீங்கள் வளர்த்துக் கொள்ளும்போது, வெற்றிக்கான அதிவேகப் பாதையில் நீங்கள் பயணித்துக் கொண்டிருப்பீர்கள்.

## செய்முறைப் பயிற்சிகள்

1. உங்கள் மேலதிகாரியிடம் பேசி, உங்கள் வேலையில் அவர் எதிர்பார்க்கின்ற மிக முக்கியமான விளைவுகள் எவை என்பதைக் கண்டுபிடியுங்கள். முக்கியமான வேலையில் உங்கள் கவனத்தைக் குவிக்காமல் வேறு ஏதோ ஒன்றில் மூழ்கிக் கிடப்பது வெறும் நேர விரயம் என்பதை நினைவில் கொள்ளுங்கள். உண்மையில், அதிக மதிப்புவாய்ந்த வேலைகளைச் செய்ய வேண்டிய நேரத்தில் குறைந்த மதிப்புவாய்ந்த வேலைகளில் ஈடுபடுவது உங்கள் தொழில்வாழ்க்கையைப் பெரிதும் பாதிக்கும்.
2. இக்கணத்தில் மிக முக்கியமான வேலை எதுவோ அதை உடனடியாகத் துவக்கி, அது நிறைவேறும்வரை தனிப்பெரும் கவனத்துடன் அதைச் செய்து முடிப்பதற்கான ஒழுங்கை உங்களிடம் வளர்த்துக் கொள்ளுங்கள். ஒரு வேலையைத் துவக்கி அதை முழுமையாக நிறைவேற்றுவது ஒரு பழக்கமாக ஆகும்வரை இப்பயிற்சியைத் தொடர்ந்து செய்யுங்கள்.

அத்தியாயம் எட்டு

# உங்களுடைய முக்கியமான வாடிக்கையாளர்களைத் திருப்திப்படுத்துங்கள்

“மனித வாழ்க்கையின் குறிக்கோள் என்ன?” என்று ஐன்ஸ்டீனிடம் ஒருமுறை கேட்கப்பட்டது.

அவர் சிறிது நேரம் யோசித்துவிட்டு, “மற்றவர்களுக்குச் சேவை செய்வதற்காகத்தான் நாம் இந்த பூமியில் இருக்கிறோம் என்று நான் நினைக்கிறேன். வாழ்க்கைக்கு வேறு என்ன குறிக்கோள் இருக்க முடியும்?” என்று பதிலளித்தார்.

நாம் ஏதோ ஒரு விதத்தில் மக்களுக்குச் சேவை செய்வதற்காகவே இங்கு இருக்கிறோம். இது நம்முடைய தனிப்பட்ட வாழ்க்கையிலும் குடும்ப வாழ்க்கையிலும் எவ்வளவு உண்மையோ, நம்முடைய தொழில்வாழ்க்கையிலும் இது அவ்வளவு உண்மை வாய்ந்ததாகும். வியாபாரத்தைப் பொருத்தவரை, மற்றவர்களுக்கு நீங்கள் வழங்குகின்ற சேவையின் மதிப்பின் நேர் விகிதத்தில்தான் உங்களுக்குக் கிடைக்கும் வெகுமதிகள் அமைந்திருக்கும். பொருளாதாரரீதியாகவும் பதவி உயர்வுரீதியாகவும் நீங்கள் உங்கள் வெகுமதிகளை அதிகரித்துக் கொள்ள விரும்பினால்,

உங்கள் சேவையின் மதிப்பை அதிகரிப்பதன்மீது நீங்கள் கவனம் செலுத்த வேண்டும்.

## உங்களுடைய வாடிக்கையாளர்களை அடையாளம் காணுங்கள்

யார் உங்களுடைய வாடிக்கையாளர்கள்? உங்களை நீங்களே கேட்டுக் கொண்டு விடையளிக்க வேண்டிய மிக முக்கியமான கேள்விகளில் ஒன்று இது. உங்கள் முன்னேற்றத்திற்கு நீங்கள் யாரைச் சார்ந்திருக்கிறீர்களோ, தங்கள் தேவைகளுக்கும் விருப்பங்களுக்கும் யார் உங்களைச் சார்ந்திருக்கிறார்களோ, அவர்கள்தான் உங்களுடைய வாடிக்கையாளர்கள்.

இந்த வரையறைப்படி, உங்களுக்கு மூன்று முக்கிய வாடிக்கையாளர்கள் இருக்கின்றனர்: உங்கள் மேலதிகாரி, உங்களின்கீழ் பணியாற்றும் ஊழியர்கள், மற்றும் நீங்கள் உருவாக்குகின்ற பொருட்களையும் வழங்குகின்ற சேவைகளையும் நுகருகின்ற வாடிக்கையாளர்கள்.

## உங்கள் மேலதிகாரி

இவர்தான் உங்களுடைய முக்கியமான வாடிக்கையாளர். நீங்கள் உங்கள் மேலதிகாரியை எவ்வளவு தூரம் மகிழ்ச்சிப்படுத்துகிறீர்கள், அவர் உங்களைக் குறித்து எந்த அளவுக்கு நேர்மறையாக உணருகிறார் ஆகியவைதான் உங்கள் தொழில்வாழ்க்கையில் நீங்கள் எவ்வளவு தூரம் வெற்றிகரமாகவும் மகிழ்ச்சியாகவும் இருப்பீர்கள் என்பதைப் பெருமளவு தீர்மானிக்கின்றன.

சிலர் இக்கருத்தை முற்றிலுமாகத் தவறவிட்டுவிடுகின்றனர். தாங்கள் தங்கள் நிறுவனத்திற்காக மட்டுமே வேலை செய்து கொண்டிருப்பதாக அவர்கள் நினைக்கின்றனர். தங்கள் மேலதிகாரியை ஒரு விமர்சனக் கண்ணோட்டத்துடனேயே அவர்கள் பார்க்கின்றனர். முக்கியத்துவத்தைப் பொருத்தவரை, அவர்கள் தங்கள் மேலதிகாரிகளை ஒரு நடுநிலையில்தான் பார்க்கின்றனர். தங்களுடைய முக்கியமான வாடிக்கையாளரான

தங்கள் மேலதிகாரியை தினமும் தாங்கள் எந்த அளவு மகிழ்ச்சிப்படுத்துகிறோமோ அதுதான் தங்களுடைய ஒட்டுமொத்த எதிர்காலத்தையும் தீர்மானிக்கிறது என்பதை அவர்கள் ஒருபோதும் உணருவதில்லை.

## எனக்கு ஏற்பட்ட முக்கியத் திருப்புமுனை

ஒருநாள், ஒரு மிகப் பெரிய நிறுவனத்தின் தலைவரிடமிருந்து எனக்கு ஒரு தொலைபேசி அழைப்பு வந்தது. நான் ஏற்கனவே அவரை ஓரிரு முறை சந்தித்துப் பேசியிருந்தேன். தன்னுடைய தனிப்பட்டச் செயலாளராக வேலை செய்ய என்னுடைய சம்மதத்தை அவர் என்னிடம் கேட்டார். நான் உடனடியாக அந்த வேலையை ஒப்புக் கொண்டேன்.

பெருநிறுவனங்கள் செயல்பட்ட விதம் பற்றி எனக்கு எதுவும் அப்போது தெரியாது. ஆனால் நான் அவரிடம் வேலைக்குச் சேர்ந்த நாளிலிருந்து ஒரே ஒரு விஷயத்தின்மீது கவனம் செலுத்தினேன். அவர் என்னிடம் என்ன கேட்டாலும், அதை நான் வேகமாகவும் சிறப்பாகவும் செய்து முடித்தேன். அவருக்கு அது பெரும் திருப்தியளிப்பதாக இருந்தது.

ஒரு விளையாட்டுக் குழுவின் பயிற்றுவிப்பாளரைப்போல அவர் என்னை வழிநடத்தி எனக்கு அறிவுறுத்தல்களை வழங்கினார். நான் எவற்றையெல்லாம் அதிக அளவில் செய்ய வேண்டும், எவற்றைச் செய்வதைக் குறைத்துக் கொள்ள வேண்டும் என்று அவர் என்னிடம் கூறினார். தினமும் மாலையில் ஒரு மணிநேரம் நான் அவரைச் சந்தித்து அவருடைய வழிகாட்டுதலையும் அறிவுறுத்தல்களையும் பெற்றேன். ஓராண்டுக்குள், நான் அந்நிறுவனத்தில் மூன்று துறைகளுக்குத் தலைமையேற்று அவற்றை நடத்திக் கொண்டிருந்தேன். கோடிக்கணக்கான டாலர்கள் வருவாய் உற்பத்திக்கான பொறுப்பை நான் செவ்வனே நிறைவேற்றிக் கொண்டிருந்தேன். என் நிறுவனத்தின் தலைவர் தன்னுடைய முப்பதாண்டுகாலத் தொழில்வாழ்க்கையில் இருநூற்றுக்கும் மேற்பட்ட நிறுவனங்களை உருவாக்கியிருந்தார். அவற்றில் வேலை செய்த எல்லோரையும்விட அவர் என்னைத்தான் மிக வேகமாக முன்னேற்றினார்.

## எளிய ரகசியம்

என்னுடைய வேகமான முன்னேற்றத்திற்கான ரகசியம் எளியது. என்னுடைய மேலதிகாரிதான் என்னுடைய மிக முக்கியமான வாடிக்கையாளர் என்பதை நான் கண்டுகொண்டேன். அவரை என்னால் மகிழ்ச்சியாக வைத்துக் கொள்ள முடிந்தவரை, ஒரு பெரிய நிறுவனத்தில் நிகழ்ந்து கொண்டிருந்த நிறுவன அரசியலிலிருந்தும் முதுகிற்குப் பின்னே புறம்பேசப்படுதலில் இருந்தும் நான் தப்பித்துக் கொண்டேன்.

நான் விரைவிலேயே அந்நிறுவனத்தின் முக்கிய உறுப்பினராக ஆனேன். ஏதேனும் ஒரு வேலை செய்து முடிக்கப்பட வேண்டும் என்றால், நான்தான் அதற்குப் பொருத்தமானவன் என்ற நற்பெயரை நான் பெற்றேன். முக்கியமான வேலைகள் முளைத்தபோதெல்லாம், என் மேலதிகாரி என்னைத்தான் முதலில் கூப்பிட்டு அவற்றை என்னிடம் ஒப்படைத்தார். அந்த வேலைகளை எப்படிச் செய்ய வேண்டும் என்பதைக் கண்டுபிடிப்பதும், எனக்கு இறுதியில் தேவைப்பட்ட முப்பது நபர்களை வேலைக்கு எடுத்துக் கொள்ளுவதும் என்னுடைய பொறுப்பாக இருந்தன.

## உங்களுடைய சக ஊழியர்களும் உங்களின்கீழ் பணியாற்றுபவர்களும்

இவர்கள்தான் உங்களுடைய இரண்டாவது வகை வாடிக்கையாளர்கள். இவர்கள் உங்களைச் சார்ந்துள்ளனர், நீங்கள் இவர்களைச் சார்ந்திருக்கிறீர்கள். மிகச் சிறந்த நிறுவனங்களும் பணிக் குழுக்களும் வெளிப்படையான கருத்துப் பரிமாற்றத்தில் ஈடுபடுகின்றன. ஒவ்வொருவரும் செய்து கொண்டிருக்கும் வேலைகளைப் பரஸ்பரம் எல்லோரும் அறிந்துள்ளனர். தங்கள் ஒவ்வொருவருடைய பங்களிப்பும் ஒட்டுமொத்த வேலையில் எப்படிப் பொருந்துகின்றன என்பதையும் அவர்கள் அனைவரும் அறிந்திருக்கின்றனர். வேலையைப் பற்றியும், தங்களுடைய துறையும் தங்களுடைய நிறுவனமும் எதிர்பார்க்கின்ற விளைவுகளைப் பெற்றுக் கொடுப்பதற்குத் தாங்கள் ஒவ்வொருவரும் எவ்வளவு

மதிப்புவாய்ந்த பங்களிப்புகளை வழங்க முடியும் என்பது பற்றியும் அவர்கள் அனைவருக்கும் இடையே தொடர்ச்சியான விவாதங்களும் உரையாடல்களும் நிகழ்ந்து கொண்டே இருக்கின்றன.

## உங்கள் வாடிக்கையாளர்

உங்கள் நிறுவனம் உற்பத்தி செய்கின்ற பொருட்களையும் வழங்குகின்ற சேவைகளையும் வாங்குகின்ற நபர்தான் உங்களுடைய மூன்றாவது வாடிக்கையாளர். இவர்தான் உங்களுடைய மிக முக்கியமான வாடிக்கையாளர். ‘வாடிக்கையாளர் சேவையைத் தீவிரமாக எடுத்துக் கொள்ளுதல்’தான் வியாபார வெற்றிக்கான மிக முக்கியமான கொள்கை என்று டாம் பீட்டர்ஸ் கூறியுள்ளார்.

உங்களுடைய மிக முக்கியமான வாடிக்கையாளர்கள் யார்? அவர்கள் எதன்மீது அதிக மதிப்பு வைத்துள்ளனர்? அவர்கள் ஏன் உங்களுடைய பொருட்களையோ அல்லது சேவைகளையோ வாங்குகின்றனர்? அவர்களுக்குச் சேவை செய்வதற்கும், அவர்களைத் திருப்திப்படுத்துவதற்கும், உங்கள் போட்டியாளர்களைவிட அதிகமாக அவர்களை மகிழ்ச்சிப்படுத்துவதற்கும் உங்களால் என்ன செய்ய முடியும்?

## வியாபார வெற்றிக்கு இன்றியமையாத அம்சம்

வியாபார வெற்றிக்கு இன்றியமையாதது எது என்று மக்கள் என்னிடம் சில சமயங்களில் கேட்பதுண்டு. வியாபாரத்தில் நீங்கள் வெற்றி பெற வேண்டும் என்றால், உங்களுடைய வாடிக்கையாளர்களை நீங்கள் மகிழ்ச்சிப்படுத்த வேண்டும். எல்லோருக்கும் அது தெரியும். ஆனால் உங்கள் வியாபாரம் உண்மையிலேயே வெற்றிகரமான ஒன்றாக இருக்க வேண்டும் என்று நீங்கள் விரும்பினால், நீங்கள் அவர்களை அதிகமாக மகிழ்ச்சிப்படுத்த வேண்டும். அவர்களுக்கு அதிக வேகமாகவும், அதிக மலிவான விலையிலும், அதிகச் சிறப்பாகவும் நீங்கள் சேவை செய்ய வேண்டும். உங்களுடன் வியாபாரம் செய்வது மற்றவர்களுடன் வியாபாரம் செய்வதைவிட அவர்களுக்கு அதிக சுலபமாக இருப்பதை நீங்கள் உறுதி செய்ய வேண்டும்.

உங்களுடைய வெற்றிக்கு எது முக்கியம்? உங்களுடைய மிக முக்கியமான வாடிக்கையாளர்களை அதிகமாக மகிழ்ச்சிப்படுத்துவதற்கு உங்களால் கூடுதலாக எதைச் செய்ய முடியும்? இக்கேள்வியை உங்களை நீங்களே கேட்டுக் கொண்டு, அதற்கான விடையைக் கண்டுபிடித்து, அதை நடைமுறையில் செயல்படுத்துவதில்தான் உங்கள் எதிர்காலம் அடங்கியுள்ளது.

## செய்முறைப் பயிற்சிகள்

1. யார் உங்களுடைய மிக முக்கியமான வாடிக்கையாளர்கள்? நீங்கள் உங்கள் வெற்றிக்கு யாரை அதிகமாகச் சார்ந்திருக்கிறீர்கள்? தங்களுடைய வெற்றிக்கும் திருப்திக்கும் உங்களைச் சார்ந்திருக்கின்றவர்கள் யார்?
2. பிறர் எவரைவிடவும் உங்கள் வேலையாலும் சேவையாலும் உங்கள் வாடிக்கையாளர்களுக்கு அதிக மகிழ்ச்சியைக் கொடுப்பதற்கு உடனடியாக நீங்கள் செய்யக்கூடிய ஒரே ஒரு விஷயத்தையாவது தீர்மானித்துக் கொள்ளுங்கள்.

## அத்தியாயம் ஒன்பது

# ஒரு கடின உழைப்பாளியாக இருங்கள்

என்னுடைய விடலைப் பருவத்தில் எனக்கு ஒரு லட்சியம் இருந்தது. என்னுடைய முப்பதாவது வயதுக்குள் நான் ஒரு கோடீஸ்வரனாக ஆகிவிட வேண்டும் என்பதுதான் அது. ஆனால் என்னுடைய முப்பதாவது வயதில் நான் இன்னும் பணத்திற்குக் கஷ்டப்பட்டுக் கொண்டிருந்தேன், வாழ்க்கை நடத்தப் போராடிக் கொண்டிருந்தேன். எனக்கு முப்பத்தைந்து வயதாக இருந்தபோது, தனிநபர் வெற்றி மற்றும் தொழில் வெற்றி பற்றிய பயிலரங்குகளையும் கருத்தரங்குகளையும் நான் நடத்தத் தொடங்கினேன். ஒரு நாள், 800க்கும் மேற்பட்டக் கிளைகளைக் கொண்டிருந்த தேசிய நிறுவனம் ஒன்றின் தலைவர் என்னைத் தொலைபேசியில் அழைத்து, சுயமாக எப்படி ஒரு கோடீஸ்வரராக ஆவது என்பது பற்றித் தன்னுடைய நிறுவனத்தின் வருடாந்திரக் கூட்டத்தில் பேச என் சம்மதத்தைக் கேட்டார்.

நான் உற்சாகத்துடன் ஒப்புக் கொண்டேன். புதிதாகப் பேச்சாளர்களாக ஆகியிருப்பவர்கள் துவக்கத்தில் எந்தத் தலைப்பில் வேண்டுமானாலும் தங்கள் பார்வையாளர்களிடையே

பேசத் தயாராக இருப்பார்கள். ஆனால், தொலைபேசியை நான் கீழே வைத்தபோது, சுயமாக ஒரு கோடீஸ்வரராக ஆக வேண்டும் என்பதுதான் என்னுடைய நீண்டகால லட்சியமாக இருந்து வந்திருந்தபோதிலும் அப்படிப்பட்டக் கோடீஸ்வரர்களைப் பற்றி எனக்கு அவ்வளவாக எதுவும் தெரிந்திருக்கவில்லை என்பதை நான் உணர்ந்தேன். அது என்னுடைய வாழ்க்கையை மாற்றியது.

## நான் கற்றுக் கொண்டவை

அதிர்ஷ்டவசமாக, அக்கருத்தரங்கிற்கு என்னைத் தயார்படுத்திக் கொள்ளுவதற்கு எனக்கு இரண்டு மாதகால அவகாசம் இருந்தது. நான் உடனடியாகச் செயலில் இறங்கினேன். சுயமாகக் கோடீஸ்வரர்களாக ஆனவர்களைப் பற்றி நான் ஆய்வு செய்யத் தொடங்கினேன். இவ்விஷயம் தொடர்பான தகவல்கள் ஏராளமாக இருந்ததைக் கண்டு நான் வியந்து போனேன். பல ஆண்டுகளின் ஊடாக, ஆயிரக்கணக்கான கோடீஸ்வரர்கள் பேட்டி காணப்பட்டிருந்தனர். "எதுவுமே இல்லாமல் துவக்கி எப்படி ஒரே தலைமுறையில் உங்களால் ஒரு கோடீஸ்வரராக ஆக முடிந்தது?" என்ற கேள்வி அவர்கள் ஒவ்வொருவரிடமும் கேட்கப்பட்டிருந்தது.

'மில்லியனர் நெக்ஸ்ட் டோர்' என்ற நூலின் இணை ஆசிரியரான தாமஸ் ஸ்டேன்லி, சுயமாகக் கோடீஸ்வரர்களாக ஆனவர்களைப் பற்றிப் பல ஆண்டுகாலமாக ஒரு மிகப் பெரிய ஆராய்ச்சியை மேற்கொண்டார். கடின உழைப்புதான் தங்கள் வெற்றிக்கான முக்கியக் காரணம் என்று 85 சதவீதக் கோடீஸ்வரர்கள் கூறினர். "நான் என் பள்ளியில் அவ்வளவு நல்ல மதிப்பெண்களைப் பெறவில்லை. நான் ஒரு பணக்காரக் குடும்பத்தைச் சேர்ந்தவனும் அல்ல. மற்றவர்களோடு ஒப்பிடுகையில் நான் அவ்வளவு சாமர்த்தியமானவனாகவோ அல்லது திறமையானவனாகவோ இருக்கவில்லை. ஆனால் பெரும்பாலானோரிடம் இல்லாத ஒரு முக்கியமான விஷயம் என்னிடம் இருந்தது. மற்ற எல்லோரையும்விட அதிகக் கடினமாக நான் உழைத்தேன்," என்ற ரீதியில் அவர்களுடைய வாக்குமூலம் அமைந்திருந்தது.

## பொதுக் காரணி

சுயமாக லட்சாதிபதிகளாகவும் கோடீஸ்வரர்களாகவும் ஆகியிருந்தவர்களிடமும் ஒவ்வொரு துறையிலும் உயர்ந்த சாதனைகளைப் படைத்தவர்களிடமும் உள்ள ஒரு பொதுவான காரணி 'கடின உழைப்பு' என்றால் அது மிகையாகாது. நீங்கள் மற்ற எல்லோரையும்விட அதிகக் கடினமாக உழைப்பவர் என்ற நற்பெயர் வேறு எந்தவொரு காரணியையும்விட வெகு விரைவாக உங்களை உங்கள் மேலதிகாரிகளின் கவனத்திற்குக் கொண்டுவரும். இதற்கு நீங்கள் செய்ய வேண்டியதெல்லாம், காலையில் சற்று முன்னதாகவே உங்கள் வேலையைத் துவக்க வேண்டும், சற்றுக் கூடுதல் கடினமாக உழைக்க வேண்டும், மாலையில் கூடுதல் நேரம் வேலை செய்ய வேண்டும். உயர்ந்த சாதனையாளர்கள் தங்களிடம் எதிர்பார்க்கப்படுவதைவிட அதிகமாகச் செய்யும் வழக்கத்தைக் கொண்டவர்கள். மற்றவர்களைவிட அவர்கள் அதிக நேரம் உழைக்கின்றனர். தங்களிடம் கேட்கப்படுபவற்றை மட்டும் செய்வதோடு அவர்கள் நிறுத்திக் கொள்ளுவதில்லை. அவர்கள் சற்றுக் கூடுதலாகவும் செய்கின்றனர். இந்தக் கூடுதல் உழைப்புதான் எல்லா வித்தியாசத்தையும் ஏற்படுத்துகிறது.

உங்களிடம் எதிர்பார்க்கப்படுவதைவிட அதிகமாகச் செய்யுங்கள். உங்களுக்கு எந்த வேலைக்காகச் சம்பளம் கொடுக்கப்படுகிறதோ, அந்த வேலையையும் தாண்டிக் கூடுதலாகச் செய்யுங்கள். அப்படிச் செய்யக்கூடாது என்று யாராலும் உங்களைத் தடுக்க முடியாது. நீங்கள் அப்படிச் செய்யும்போது, இப்போது பெற்றுக் கொண்டிருக்கும் சம்பளத்தைவிட அதிகமான பணத்தை விரைவில் நீங்கள் பெறுவீர்கள். கூடுதல் முயற்சி என்பதைப் பொருத்தவரை, அந்தப் பாதையில் அவ்வளவு போக்குவரத்து நெருக்கடி இருக்காது என்பதை நினைவில் கொள்ளுங்கள்.

## எல்லா விஷயங்களும் சமமானவை அல்ல

'சமத்துவமின்மை' என்ற கோட்பாட்டைச் சுற்றி நம்முடைய சமுதாயத்தில் ஏகப்பட்டப் பேச்சும் அரசியல் சர்ச்சையும்

இருந்து வருகின்றன. சிலர் எப்படி மற்றவர்களைவிட அதிகப் பணம் சம்பாதிக்கின்றனர்? இதற்கான காரணங்கள் பலருக்குக் கசப்பானவையாக இருக்கின்றன.

இக்கேள்விக்கான விடை எளியது. வெற்றிகரமான மக்கள் மற்றவர்களைவிட அதிக நேரம் வேலை செய்கின்றனர். அமெரிக்காவில் வருவாய் விஷயத்தில் மேல்மட்ட 20 சதவீதத்தில் இருக்கின்ற மக்கள் சராசரியாக வாரத்திற்கு அறுபது மணிநேரம் வேலை செய்கின்றனர். கீழ்மட்ட 20 சதவீதத்தில் இருப்பவர்கள் வாரத்திற்கு இருபது மணிநேரத்திற்கும் குறைவாக வேலை செய்கின்றனர். சிலர் வேலைக்குப் போவதே இல்லை.

அதோடு, மேல்மட்ட 20 சதவீதத்தில் இருப்பவர்கள், தாங்கள் வேலை செய்யும் நேரத்தில் அதிகக் கடினமாக உழைக்கின்றனர், கீழ்மட்ட 20 சதவீதத்தில் இருப்பவர்கள் தங்கள் வேலை பறிபோகாமல் இருப்பதற்குப் போதுமான அளவு மட்டுமே வேலை செய்கின்றனர்.

சுயமாகக் கோடீஸ்வரர்களாக ஆனவர்கள் சராசரியாக வாரத்திற்கு ஐம்பத்து ஒன்பது மணிநேரம் வேலை செய்கின்றனர். பல சமயங்களில், எழுபது அல்லது எண்பது மணிநேரம்கூட அவர்கள் வேலை செய்கின்றனர். பிரபல இசைக்கலைஞரான டேவிட் ஃபாஸ்டரிடம், வார இறுதி நாட்களில் தன்னை ஆசுவாசப்படுத்திக் கொள்ளுவதற்கு அவர் என்ன செய்தார் என்று கேட்கப்பட்டபோது, அவர் சிறிது நேரம் சிந்தித்துவிட்டு, "வாரத்திற்கு ஆறு நாட்களுக்குக் குறைவாக வேலை செய்கின்ற எந்த வெற்றியாளரையும் நான் இதுவரை கண்டதில்லை," என்று பதிலளித்தார்.

## உங்கள் வேலை நேரம் முழுவதும் ஒழுங்காக வேலை செய்யுங்கள்

வெற்றிக்கான இன்னொரு முக்கியமான அம்சம் இது: உங்கள் வேலை நேரம் முழுவதும் ஒழுங்காக வேலை செய்யுங்கள். நீங்கள் தினமும் காலையில் வேலைக்குச் செல்லும்போது, உங்கள் நேரத்தை வீணாக்காதீர்கள். உங்களை முழுமையாக உங்கள் வேலையில் ஈடுபடுத்திக் கொள்ளுங்கள். வேலை நேரத்தில்

யாரேனும் உங்களிடம் பேச விரும்பினால், “எனக்கும் உங்களோடு பேச விருப்பம்தான், ஆனால் நான் என் வேலையைச் செய்து முடிக்க வேண்டியுள்ளது. நாம் மாலையில் பேசலாமா?” என்று கேளுங்கள்.

சக ஊழியர்களுடனான வீண் அரட்டையிலும் இணையத்தில் வலம் வருவதிலும் சமூக வலைத்தளங்களில் கருத்துக்களைப் பரிமாறிக் கொள்ளுவதிலும் ஐம்பது சதவீத வேலை நேரம் விரயம் செய்யப்படுவதாக ஓர் ஆய்வு தெரிவிக்கிறது. ஒரு சராசரி ஊழியர் தினமும் எப்படி நடந்து கொள்ளுகிறார் தெரியுமா? அவர் கடைசி நிமிடத்தில்தான் அலுவலகத்திற்குள் நுழைவார், நீண்ட தேநீர் இடைவேளைகளையும் உணவு இடைவேளைகளையும் எடுத்துக் கொள்ளுவார், சில சமயங்களில் வேலை நேரத்தில் கடைக்குச் செல்வார், தனிப்பட்ட வேலைகளைச் செய்வார், செய்தித்தாள்களைப் படிப்பார், மாலையில் எவ்வளவு முன்னதாக அலுவலகத்தைவிட்டுப் புறப்பட முடியுமோ அவ்வளவு முன்னதாக வெளியேறிவிடுவார்.

உயர்ந்த சாதனையாளர்களுக்கும் வெற்றிப் பாதையில் பயணிப்போருக்கும் இந்த விவரிப்புப் பொருந்தாது. அவர்கள் தங்கள் வேலைகளைத் திட்டமிடுகின்றனர், அத்திட்டத்தின்படி செயல்படுகின்றனர். அவர்கள் தினமும் காலையில் சீக்கிரமாக வேலையைத் துவக்கிவிடுகின்றனர், நேரத்தை வீணாக்காமல் நாள் முழுவதும் வேலை செய்கின்றனர், முன்னுரிமைப் பட்டியலில் முதலில் இருப்பவற்றை நிறைவேற்றுவதில் அவர்கள் மும்முரமடைகின்றனர், தங்களுடைய மேலதிகாரிக்கும் நிறுவனத்திற்கும் எவை முக்கியமானவையோ அந்த வேலைகளை அவர்கள் செய்கின்றனர். ஒவ்வொரு நிறுவனத்திலும் உள்ள கடின உழைப்பாளிகளை எல்லோருமே அறிவர். அதேபோல, நேரத்தை ஓட்டுபவர்களையும் எல்லோரும் அறிவர்.

## நீங்கள் எவ்வளவு அதிகக் கடினமாக உழைக்கிறீர்களோ, அவ்வளவு அதிகமாகச் சிறப்புறுகிறீர்கள்

உங்களுக்கான ஒரு பயிற்சி இது: உங்கள் நிறுவனத்தில் மிகக் கடினமாக உழைக்கின்றவர் யார் என்று ரகசியமாக ஒரு கணிப்பு

நடத்தப்பட இருப்பதாகக் கற்பனை செய்து கொள்ளுங்கள். இக்கணிப்பு நடத்தப்படுவதைப் பற்றி உங்களைத் தவிர வேறு யாருக்கும் தெரியாது. இப்போட்டியில் வெற்றி பெறுவதை உங்களுடைய இலக்காக ஆக்கிக் கொள்ளுங்கள். ஆண்டின் முடிவில், உங்கள் நிறுவனத்தின் மிகக் கடினமான உழைப்பாளியாக எல்லோரும் உங்களைத் தேர்ந்தெடுப்பதை நீங்கள் உறுதி செய்யப் போவதாகத் தீர்மானித்துக் கொள்ளுங்கள்.

நீங்கள் எவ்வளவு அதிகக் கடினமாக உழைக்கிறீர்களோ, அவ்வளவு அதிகமாக நீங்கள் சிறப்புறுகிறீர்கள். நீங்கள் எவ்வளவு அதிகமாகச் சிறப்புறுகிறீர்களோ, அவ்வளவு அதிகமாகவும் அவ்வளவு அதிகச் சிறப்பாகவும் உங்களால் வேலை செய்ய முடியும். அதன் விளைவாக, நீங்கள் அதிக வேகமாகப் பதவி உயர்வுகளைப் பெறுவீர்கள், அதிகமான சம்பளத்தைப் பெறுவீர்கள். மிகக் கடின உழைப்பாளி என்ற நற்பெயரை நீங்கள் சம்பாதிக்கும்போது, முற்றிலும் புதியதோர் உலகம் உங்களுக்காகத் திறக்கும்.

## செய்முறைப் பயிற்சிகள்

1. இன்றிலிருந்து, தினமும் ஒரு மணிநேரம் முன்னதாக உங்கள் வேலையைத் துவக்கப் போவதாக உறுதியெடுத்துக் கொள்ளுங்கள். உங்கள் வேலை நேரம் முழுவதும் உங்கள் வேலையின்மீது மட்டும் கவனம் செலுத்துங்கள். மாலையில் கூடுதலாக ஒரு மணிநேரம் வேலை செய்யுங்கள். முதல் நாளிலிருந்தே இது உங்கள் உற்பத்தித்திறனையும் செயற்திறனையும் விளைவுகளையும் இரட்டிப்பாக்கும்.
2. நீங்கள் செய்ய வேண்டிய மிக முக்கியமான வேலையைத் தேர்ந்தெடுத்து, தினமும் காலையில் முதலில் அதைச் செய்யத் தொடங்குங்கள். அது முழுவதுமாக நிறைவேறும்வரை அதன்மீது ஒருமித்தக் கவனம் செலுத்திச் செயல்படுங்கள்.

## அத்தியாயம் பத்து

# தொடர்ந்து கற்றுக் கொள்ளுவதற்கு உங்களை அர்ப்பணித்துக் கொள்ளுங்கள்

தங்களுக்கு அதிகச் சம்பளம் கொடுக்கப்பட வேண்டும், வேகமாகப் பதவி உயர்வு கிடைக்க வேண்டும் என்று எல்லோருமே விரும்புகின்றனர். தங்களுடைய மேலதிகாரிகளும் பொருளாதாரச் சூழலும்தான் தங்களுடைய வருவாயைத் தீர்மானிப்பதாகப் பலர் நினைக்கின்றனர்.

ஆனால், நாம் செய்கின்ற விஷயங்கள் மற்றும் செய்யத் தவறுகின்ற விஷயங்களால் நாம்தான் நம்முடைய வருமானத்தைத் தீர்மானிக்கிறோம். நாம் இக்கணத்தில் வாழ்வில் எந்த நிலையில் இருக்கிறோமோ, நாம் எப்படிப்பட்டவர்களாக இருக்கிறோமோ, அவை இரண்டையும், பிரக்ஞையுடனோ அல்லது பிரக்ஞையின்றியோ நாம்தான் தேர்ந்தெடுத்திருக்கிறோம். உங்களுடைய தற்போதைய வருவாய் உங்களுக்குப் பிடிக்கவில்லை என்றால், அருகிலுள்ள கண்ணாடி முன்னால் போய் நின்று கொண்டு, உங்கள் மேலதிகாரியுடன் பேரம் பேசுங்கள். அந்தக் கண்ணாடியில் தெரியும் நபர்தான் உங்கள் சம்பாத்தியத்தைத் தீர்மானிக்கின்ற நபராவார்.

## நீங்கள் உங்கள் உயர்ந்தபட்ச வருவாயைத் தொட்டுவிட்டீர்கள்

உண்மை என்னவென்றால், உங்களுடைய தற்போதைய அறிவையும் திறனையும் கொண்டு நீங்கள் உங்கள் உயர்ந்தபட்ச வருவாயைத் தொட்டுவிட்டீர்கள். நீங்கள் ஏற்கனவே அறிந்துள்ள விஷயங்களைக் கொண்டு, உங்களால் அடைய முடிந்த தூரத்தை நீங்கள் எட்டிவிட்டீர்கள். எதிர்காலத்தில் நீங்கள் அதிகப் பணம் சம்பாதிக்க விரும்பினால், மற்றவர்கள் உங்களுக்குப் பணம் கொடுத்துப் பெற விரும்புகின்ற விளைவுகளை அவர்களுக்குப் பெற்றுக் கொடுப்பதற்குத் தேவையான புதிய அறிவையும் புதிய திறமைகளையும் நீங்கள் கைவசப்படுத்தியாக வேண்டும்.

நீங்கள் விரும்புகின்ற எதுவொன்றாகவும் உங்களால் ஆக முடியும் என்பது உற்சாகமூட்டும் செய்தி. நீங்கள் செய்ய வேண்டியதெல்லாம், அதற்குப் போதுமான அளவு கடினமாகப் படிப்பதும் உங்களை நீங்கள் தயார்படுத்திக் கொள்ள வேண்டியதும் மட்டும்தான். தொடர்ச்சியான சுயமேம்பாடு என்றால் தொடர்ந்து உங்கள் திறமைகளை மேம்படுத்திக் கொள்ளுவது, தொடர்ந்து பயிற்சி செய்வது, தொடர்ந்து கற்றுக் கொள்ளுவது, எப்போதும் முன்னோக்கி நடைபோடுவது என்று பொருள்படும்.

## மீண்டும் 80/20 கொள்கை

சிக்காகோ பல்கலைக்கழகத்தைச் சேர்ந்த பேராசிரியரும் நோபல் பரிசு பெற்றப் பொருளாதார நிபுணருமான கேரி பெக்கர், சமத்துவமற்ற வருவாய் பற்றி ஓர் ஆய்வு நடத்தினார். மக்கள் பொதுவாக இரண்டு பிரிவுகளுக்குள் அடங்கியதை அவர் கண்டறிந்தார். மேல்மட்ட 20 சதவீதம், கீழ்மட்ட 80 சதவீதம் ஆகியவைதான் அப்பிரிவுகள்.

கீழ்மட்ட 80 சதவீதத்தில் இருந்தவர்கள் தங்கள் வருவாயை ஆண்டுதோறும் 3 சதவீதம் அதிகரித்தனர் என்பதை அவர் கண்டறிந்தார். இது பணவீக்க விகிதத்தைவிட ஒரு சதவீதம் மட்டுமே அதிகம். அவர்கள் ஒருபோதும் தங்கள்

வாழ்வில் முன்னேறுவதில்லை. அவர்கள் எப்போதும் கடனில் இருக்கின்றனர். தங்கள் வாழ்நாள் முழுவதும் அவர்கள் பணத்தைப் பற்றிக் கவலைப்படுகின்றனர். பணியிலிருந்து ஓய்வு பெறும் வயதை அவர்கள் எட்டும்போது, எஞ்சிய வாழ்நாளுக்கு அவர்களிடம் அவ்வளவாக எதுவும் இருப்பதில்லை.

இத்தகைய மக்கள் தங்கள் இளம் வயதில் முதன்முதலாக வேலைக்குச் சேர்ந்த பிறகு புதிதாக எதையும் கற்றுக் கொள்ளாதவர்களாக இருந்ததையும் பெக்கர் கண்டுபிடித்தார். அவர்கள் புதிதாக எதையும் படிக்கவில்லை, கற்றுக் கொள்ளவில்லை, தங்கள் திறமைகளை மேம்படுத்தவில்லை. தொடர்ந்து ஒரே வேலையை மீண்டும் மீண்டும் செய்து கொண்டிருந்ததோடு அவர்கள் நிறுத்திக் கொண்டனர். அவர்களைச் சூழ்ந்திருந்த நபர்களும் புதிதாக எதையும் கற்றுக் கொள்ளாதவர்களாகவும் தங்கள் தொழில்வாழ்க்கையில் முன்னேறாதவர்களாகவும் இருந்ததால், எல்லோரும் இப்படித்தான் எதையும் கற்றுக் கொள்ளாமல் வாழ்ந்தனர் என்றும், இதுதான் எல்லோருடைய வாழ்க்கைமுறை என்றும் அவர்கள் அனுமானித்துக் கொண்டனர்.

## மிக அதிகமாகப் பணம் ஈட்டுபவர்கள்

மேல்மட்ட 20 சதவீதத்தில் இருந்தவர்கள் ஆண்டுதோறும் தங்கள் வருவாயை 11 சதவீதம் அதிகரித்தனர் என்பதையும் பெக்கர் கண்டறிந்தார். அவர்கள் அவ்வளவு அதிகமாக வருவாய் ஈட்டியதற்கான காரணம் எளியது. அவர்கள் தங்கள் வாழ்நாள் முழுவதும் தொடர்ந்து கற்பவர்களாக இருந்தனர்.

வியாபாரம் மற்றும் தனிநபர் வளர்ச்சி தொடர்பான அனைத்துப் புத்தகங்களையும் அவர்கள் படித்தனர். தங்களுடைய திறமைகளை மேம்படுத்திக் கொள்ள உதவிய கருத்தரங்குகளிலும் பயிலரங்குகளிலும் அவர்கள் பங்கேற்றுப் பயின்றனர். தங்களை ஒத்தச் சிந்தனையைக் கொண்ட மக்களுடன் அவர்கள் தொடர்பு ஏற்படுத்திக்கொண்டனர். தாங்கள் அதிக ஆக்கபூர்வமானவர்களாக ஆவதற்கும் சிறப்பான விளைவுகளை வேகமாகவும் சுலபமாகவும் பெறுவதற்கும் தங்களுக்கு உதவக்கூடிய யோசனைகளையும் உள்நோக்குகளையும் புதிய தகவல்களையும் பற்றியே அவர்கள் உரையாடினர்.

## மூன்று அம்சச் சூத்திரம்

உங்கள் எஞ்சிய வாழ்நாள் முழுவதும் தொடர்ந்து கற்றுக் கொண்டே இருக்கும் ஒருவராக நீங்கள் ஆவதற்கு மூன்று வழிகள் உள்ளன. இந்த மூன்று யோசனைகளையும் நீங்கள் கடைபிடிக்கும்போது, உங்கள் வாழ்க்கை முழுமையாக மாறும். சில நேரங்களில், நீங்கள் நினைப்பதைவிட அதிக வேகமாக அது மாறும். உங்கள் வேலையில் நீங்கள் செயல்படுத்தக்கூடிய ஒரே ஒரு யோசனையோ அல்லது உள்நோக்கோ உங்கள் தொழில்வாழ்க்கை வளர்ச்சியைத் துரிதப்படுத்தும்.

### தினமும் படியுங்கள்

முதலில், உங்கள் துறை சார்ந்த எதையேனும் தினமும் ஒரு மணிநேரமாவது படிப்பதென்று உறுதி பூணுங்கள். செய்தித்தாள்களையும் பத்திரிகைகளையும் ஓரமாக வீசிவிடுங்கள், தொலைக்காட்சியையும் உங்கள் கணினியையும் அணைத்துவிடுங்கள். நீங்கள் உங்கள் வேலையில் முன்னேற்றம் காண உங்களுக்கு உதவக்கூடிய எதையேனும் படியுங்கள்.

உங்கள் துறை சார்ந்த சிறந்த நூல்களை தினமும் ஒரு மணிநேரம் நீங்கள் படித்தால், சராசரியாக வாரத்திற்கு ஒரு புத்தகத்தை நீங்கள் படிப்பீர்கள். ஒரு வாரத்திற்கு ஒரு நூல் என்றால், ஓர் ஆண்டில் ஐம்பது நூல்களை நீங்கள் படித்திருப்பீர்கள். ஒரு முன்னணிப் பல்கலைக்கழகத்தில் முனைவர் பட்டம் பெறுவதற்கு முப்பதிலிருந்து ஐம்பது புத்தகங்களைப் படித்து அதை ஆய்வு செய்ய வேண்டும். எனவே, நீங்கள் தினமும் ஒரு மணிநேரம் படிப்பதன் மூலமும், பிறகு அப்புதிய யோசனைகளை உங்கள் வேலையில் செயல்படுத்திச் சிறப்பான விளைவுகளை எப்படிப் பெறுவது என்று சிந்திப்பதன் மூலமும் உங்கள் துறையில் முனைவர் பட்டத்திற்கு இணையான ஒன்றை உங்களால் பெற முடியும்.

### காதுகொடுத்துக் கேளுங்கள், படியுங்கள்

இரண்டாவதாக, வாய்ப்புக் கிடைக்கும்போதெல்லாம் ஆடியோ வாயிலாக வருகின்ற பயிற்சித் திட்டங்களைச்

செவிமடுங்கள். காரில் பயணிக்கும்போது உங்கள் துறை சார்ந்த விஷயங்களைக் கற்றுக் கொடுக்கின்ற பயிற்சி வகுப்புகளை உள்ளடக்கிய ‘சிடி’க்களைப் போட்டுக் கேளுங்கள். எங்கேனும் காத்துக் கொண்டிருக்கும்போது உங்கள் ஸ்மார்ட்போனில் அவற்றைக் கேளுங்கள்.

மக்கள் ஆண்டுதோறும் சராசரியாக 500–1,000 மணிநேரத்தைத் தங்கள் கார்களில் செலவிடுகின்றனர். இது 12–24 வேலைவாரங்களுக்குச் சமம் (வாரத்திற்கு நாற்பது மணிநேரம்). இது ஒரு பல்கலைக்கழகத்தில் ஓரிரு செமஸ்டர்களுக்குச் சமம்.

### மீண்டும் படிக்கச் செல்லுங்கள்

மூன்றாவதாக, உங்களால் முடிந்த அளவுக்குப் பயிற்சி பெறுங்கள். உங்கள் நிறுவனம் வழங்குகின்ற பயிலரங்குகளிலும் நிறுவனத்திற்கு வெளியே வழங்கப்படுகின்ற பயிலரங்குகளிலும் பங்கு கொண்டு கற்றுக் கொள்ளுங்கள். தேவைப்பட்டால் பணம் செலுத்திக் கூடுதல் பயிற்சி பெறுங்கள்.

உங்கள் தொழில்வாழ்க்கையில் நீங்கள் எந்த நிலையை அடைய விரும்புகிறீர்கள் என்பதை நீங்கள் தீர்மானித்துவிட்டால், அந்நிலையை அடைவதற்கு எவற்றையெல்லாம் கற்றுக் கொள்ள வேண்டும் என்பதைக் கண்டுபிடியுங்கள். நேர நிர்வாகத்திலும் மற்றவர்களுடனான கருத்துப் பரிமாற்றங்களிலும் நிபுணத்துவம் பெறுங்கள். இலக்குகளை நிர்ணயித்தல், பிரச்சனைகளுக்குத் தீர்வு காணுதல், தீர்மானங்கள் மேற்கொள்ளுதல், உத்தி சார்ந்து திட்டமிடுதல் ஆகியவற்றிலும் ஒரு வல்லுனராக ஆகுங்கள். வேகமாக முன்னேறுவதற்கு நீங்கள் கற்க வேண்டிய திறமைகளைக் கற்றுக் கொள்ளுங்கள்.

## செய்முறைப் பயிற்சிகள்

1. பின்வரும் கேள்வியை உங்களை நீங்களே கேட்டுக் கொள்ளுங்கள்: எந்தவொரு திறமையில் நான் ஒரு வல்லுனராக இருப்பது என் தொழில்வாழ்க்கையில் நான் வேகமாக முன்னேறுவதற்குப் பெரிதும் உதவும்?

இதற்கு உங்கள் விடை எதுவாக இருந்தாலும், அத்திறமையைக் கற்றுக் கொள்ள ஒரு திட்டத்தை வகுத்துக் கொண்டு, தினமும் அது குறித்து ஏதேனும் செய்யுங்கள். நீங்கள் முன்பு ஒருபோதும் அடைந்திராத ஓர் இலக்கை (வருவாயை) அடைவதற்கு, உங்களிடம் இதுவரை இருந்திராத ஒரு திறமையை நீங்கள் கற்றுக் கொண்டு அதைப் பயிற்சி செய்ய வேண்டும்.

2. வாழ்நாள் முழுவதும் தொடர்ந்து கற்பதற்கு உறுதி பூணுங்கள். தினமும் சிறிதளவு படியுங்கள். நீங்கள் வேலைக்குப் போகும் வழியிலும் வீடு திரும்பும் வழியிலும் ஆடியோ பயிற்சிகளைச் செவிமடுங்கள். பயிலரங்குகளிலும் கருத்தரங்குகளிலும் கலந்து கொள்ளுங்கள். புதிய தகவல்களை உள்வாங்கிக் கொள்ளுங்கள். உங்கள் வேலையில் முன்னேறுவதற்கு உங்களுக்குப் பெரிதும் உதவக்கூடிய யோசனைகளைத் தேடிக் கண்டுபிடியுங்கள்.

அத்தியாயம் பதினொன்று

# ஒரு திறமையான பேச்சாளராக உருவாகுங்கள்

ஒரு கூட்டத்தின் முன்னால் பேசுவதற்கான திறனை வளர்த்துக் கொள்ளுவது உங்களுடைய தொழில்வாழ்க்கையில் உங்கள் முன்னேற்றத்தை ஐந்திலிருந்து பத்தாண்டுகள் துரிதப்படுத்தும். இத்திறன் உங்களுடைய தன்னம்பிக்கைக்கும் துணிச்சலுக்கும் அளப்பரிய பங்களிப்பை வழங்கும். பலரின் முன்னிலையில் பேசுவதற்குக் கற்றுக் கொள்ளுவது உங்கள் வாழ்நாள் முழுவதும் உங்களுக்கு வெகுமதி வழங்கக்கூடிய ஒரு முதலீடாகும். நீங்கள் விரும்பினால் இத்திறனை உங்களால் கற்றுக் கொள்ள முடியும்.

பார்வையாளர்களின் முன்னிலையில் பேச முடிகின்ற மக்கள் மற்றவர்களைவிட அதிக அறிவார்ந்தவர்களாகவும், அதிக விஷயங்கள் தெரிந்தவர்களாகவும், அதிகத் தகுதியானவர்களாகவும், அதிகத் தாக்கம் ஏற்படுத்துபவர்களாகவும் கருதப்படுகின்றனர். மற்றவர்களை உங்கள் கருத்துக்கு உடன்படச் செய்யும் விதத்தில் நீங்கள் பேசும்போது, பார்வையாளர்கள் முன்னிலையில்

பேசக்கூடிய திறன் இல்லாதவர்களைவிட அதிக விஷய ஞானம் கொண்டவராகவும் அதிகத் தெளிவான சிந்தனை கொண்டவராகவும் நீங்கள் பார்க்கப்படுகிறீர்கள்.

## பயத்திலிருந்து மீளுங்கள்

மரண பயத்தைவிடப் பலர் முன்னிலையில் பேசுவது குறித்த பயம் பெரிதாக இருப்பதாக ஆய்வுகள் கூறுகின்றன. ஒரு கூட்டத்தின் முன்னால் நின்று பேசுவதுதான் எல்லாவற்றையும்விட மிக மோசமான அனுபவம் என்று 54 சதவீத நபர்கள் கூறுகின்றனர். பலர் முன்னிலையில் பேச வேண்டும் என்ற நினைப்பே மக்களுக்கு வயிற்றுப் புரட்டலை ஏற்படுத்தவும் அவர்களுடைய இதயத் துடிப்பை அதிகரிக்கவும் போதுமானதாக இருக்கிறது. அந்த எண்ணம் அவர்களுக்கு நடுக்கத்தை ஏற்படுத்துகிறது.

அதிர்ஷ்டவசமாக, மற்றவர்களின் முன்னிலையில் தயக்கமின்றியும் தன்னம்பிக்கையோடும் பேசுவதற்கான திறன் எல்லோருக்கும் இருக்கிறது. என்னுடைய பயிலரங்குகளில் நான் அடிக்கடிக் கூறும் விஷயம் இது: “இந்த அரங்கில் இருக்கும் எல்லோருமே ஒரு சிறந்த பேச்சாளராகத்தான் உங்கள் வாழ்க்கையைத் துவக்கினீர்கள். அந்நியர்கள் நிரம்பிய ஓர் அறையில் முழு நிர்வாணமாக நீங்கள் உங்கள் முதல் சொற்பொழிவை நிகழ்த்தினீர்கள். எப்போது என்று கேட்கிறீர்களா? நீங்கள் பிறந்த மறுகணம்!”

சொற்பொழிவாற்றுவது குறித்த பயம் நாம் கற்றுக் கொள்ளுகின்ற ஒரு பயம்தான். யாருமே அந்த பயத்தோடு பிறப்பதில்லை. மீண்டும் மீண்டும் வலியுறுத்தப்படுகின்ற எதிர்மறையான அனுபவங்களின் விளைவாகக் காலப்போக்கில் மக்கள் இந்த பயத்தை வளர்த்துக் கொள்ளுகின்றனர். பிறகு, “நான் அப்படித்தான்!” என்ற, தங்களை மட்டுப்படுத்துகின்ற ஒரு நம்பிக்கையை அவர்கள் தங்களிடம் வளர்த்துக் கொள்ளுகின்றனர். ஆனால் அவர்களுடைய நம்பிக்கை உண்மையல்ல.

## பேசுதல் என்பது கற்றுக் கொள்ளப்படக்கூடிய ஒரு திறமைதான்

பலரின் முன்னிலையில் திறமையாகப் பேசுவதும் வியாபார விளக்கவுரைகளை வழங்குவதும் பயிற்சியின் மூலமும் மீண்டும் மீண்டும் செய்து பார்ப்பதன் மூலமும் கற்றுக் கொள்ளப்படக்கூடிய பழக்கங்களே.

ஒருவர் ஒரு சிறந்த எழுத்தாளராக ஆவது எப்படி என்று அமெரிக்காவின் தலைசிறந்த எழுத்தாளர்களில் ஒருவரான எல்பர்ட் ஹப்பார்டிடம் ஒருமுறை யாரோ கேட்டபோது, "எழுதக் கற்றுக் கொள்ளுவதற்கான ஒரே வழி மீண்டும் மீண்டும் எழுதிக் கொண்டே இருப்பதுதான்," என்று அவர் பதிலளித்தார். காலத்தால் அழியாத வார்த்தைகள் அவை.

அதேபோல, பேசக் கற்றுக் கொள்ளுவதற்கான ஒரே வழி, தொடர்ந்து பேசிக் கொண்டே இருப்பதுதான்.

சிறிய மற்றும் பெரிய குழுக்களுக்கு முன்னால் நின்று பேசப் பயிற்சி செய்வதன் மூலம் உங்கள் பயம் இறுதியில் மறைந்துவிடுகிறது. தன்னம்பிக்கை, துணிச்சல், உற்சாகம் ஆகியவை அந்த பயத்தின் இடத்தை எடுத்துக் கொள்ளுகின்றன.

## முதலில் துவக்குங்கள்

திறமையாகப் பேசக் கற்றுக் கொள்ளுவது எப்படி என்று எண்ணற்ற மக்கள் என்னிடம் கேட்டுள்ளனர். நான் அவர்களுக்கு ஒரே பதிலைத்தான் கொடுக்கிறேன். உள்ளூரில் உள்ள டோஸ்ட்மாஸ்டர் சங்கத்தில் சேர்ந்து அதன் வாராந்திரக் கூட்டங்களில் கலந்து கொள்ளுவதுதான் அது. அல்லது, ஒரு பயிற்சி வகுப்பில் சேர்ந்து பயில வேண்டும்.

## நீங்கள் மேன்மேலும் சிறப்படைகிறீர்கள்

பேசக் கற்றுக் கொள்ளுவதற்கான ஒரே வழி பேசுவதுதான். முப்பதாண்டுகளுக்கு மேலாக நான் ஒரு சொற்பொழிவாளராக இருந்து வந்திருக்கிறேன். ஒருவர் எத்தனை முறை மேடையில்

நின்று ஒரு கூட்டத்தின் முன்னால் பேசுகிறார் என்பதற்கும் அவருடைய சொற்பொழிவாற்றும் திறன் எவ்வளவு மேம்படுகிறது என்பதற்கும் ஒரு நேரடித் தொடர்பு இருப்பதை நான் கண்டுகொண்டுள்ளேன்.

ஒரு கூட்டத்தினரிடையே பேசுவதில் இன்னொரு நன்மையும் இருக்கிறது. உங்கள் விளக்கவுரைகள் சிறப்புறும், நீங்கள் உங்கள் பொருட்களை அதிக எண்ணிக்கையில் விற்பனை செய்வீர்கள், அதிகப் பணம் சம்பாதிப்பீர்கள், உங்களுக்கும் உங்கள் குடும்பத்தாருக்கும் ஒரு நல்ல வாழ்க்கையை உருவாக்குவீர்கள் என்பதெல்லாம் ஒரு புறமிருக்க, அது உங்கள் தன்னம்பிக்கையைப் பெரிதும் மேம்படுத்தும்.

## பயத்தை விரட்டுங்கள்

நிராகரிப்புக் குறித்த பயத்திற்கும் மேடைப் பேச்சுக் குறித்த பயத்திற்கும் இடையே ஒரு நேரடித் தொடர்பு இருப்பதுபோலத் தெரிகிறது. இவை இரண்டும் ஆழ்மனத்தில் இணைந்தே உள்ளன.

ஒரு கூட்டத்தின் முன்னால் நின்று பேசுவதற்கான பயத்திலிருந்து நீங்கள் மீளும்போது, நிராகரிப்புக் குறித்த பயத்திலிருந்தும் நீங்கள் மீண்டுவிடுவீர்கள். நிராகரிப்புக் குறித்த பயம் குறையும்போது, மற்றவர்களை அணுகுவதிலும் கையாளுவதிலும் உங்கள் தன்னம்பிக்கை அதிகரிக்கிறது. நிராகரிப்புக் குறித்த பயத்திலிருந்து (தாங்கள் தொடர்பு கொள்ளுகின்ற நபர்களுக்குத் தங்களுடைய விற்பனைப் பொருட்கள் அல்லது சேவைகள் பிடிக்காமல் போய்விடுமோ அல்லது அவர்கள் அவற்றில் ஆர்வம் காட்ட மாட்டார்களோ என்ற பயம்) விடுபடுகின்ற விற்பனையாளர்கள், அதிகமான மக்களைத் தொடர்பு கொண்டு பேசுவதற்குத் தாங்கள் இனியும் பயப்படுவதில்லை என்பதைக் காண்பர்.

## இன்னுமொரு நன்மை

ஒரு கூட்டத்தினரிடையே பேசுவது தொடர்பான பயத்திலிருந்து மீளப் போவதாக நீங்கள் ஒரு தீர்மானம்

மேற்கொண்டு, அத்தீர்மானத்தை நடைமுறையில் செயல்படுத்தும் போது, அந்த பயம் மறைந்துவிடுகிறது. உங்கள் எஞ்சிய வாழ்நாள் முழுவதும் நீங்கள் பயமற்று இருப்பீர்கள். நீங்கள் முன்னேறிவிடாதபடி எது உங்களை இழுத்துப் பிடித்துக் கொண்டிருந்தாலும் சரி, அதை எதிர்கொண்டு சமாளிப்பதற்கும் அதை முற்றிலுமாகக் களைந்தெறிவதற்கும் உங்களால் முடியும் என்பதை உங்கள் சொந்த அனுபவத்திலிருந்து நீங்கள் அறிவீர்கள். இது உங்களுக்குப் பெரும் நிம்மதியைக் கொடுக்கும்.

## செய்முறைப் பயிற்சிகள்

1. அடுத்த ஆறு மாதங்களிலிருந்து ஓராண்டுக்குள் நீங்கள் ஒரு சிறந்த பேச்சாளராக ஆகப் போவதாக இன்றே தீர்மானித்துக் கொள்ளுங்கள். பிறகு உடனடியாகச் செயலில் இறங்குங்கள்.
2. அடுத்த ஏழு நாட்களுக்குள் டோஸ்ட்மாஸ்டர்ஸ் சங்கம் ஒன்றில் சேருவதற்கு உறுதி பூணுங்கள். அதற்கான நடவடிக்கைகளை மேற்கொள்ளுங்கள்.

அத்தியாயம் பன்னிரண்டு

# சரியான நபர்களுடன் தொடர்பு ஏற்படுத்திக் கொள்ளுங்கள்

நீங்கள் யாருடன் சகவாசம் வைக்கிறீர்கள் என்பது வாழ்வில் நீங்கள் என்னவாக ஆவீர்கள் என்பதைத் தீர்மானிப்பதில் 95 சதவீதப் பங்கு வகிக்கிறது. ஹார்வர்டு பல்கலைக்கழகத்தைச் சேர்ந்த டேவிட் மெக்லீலேன்ட் ஓர் ஆய்வை மேற்கொண்டார். ஒரே மாதிரியான பின்புலத்தையும் பயிற்சியையும் வாய்ப்புகளையும் பெற்றிருந்தும்கூட, சிலர் மட்டும் ஏன் வெற்றி பெறுகின்றனர், மற்றவர்கள் ஏன் வெற்றி பெறுவதில்லை என்பதைக் கண்டுபிடிப்பதே அவருடைய ஆய்வின் நோக்கமாக இருந்தது. அன்றாடம் நீங்கள் யாரோடு நெருங்கிய சகவாசம் வைத்திருக்கிறீர்களோ, அவர்கள்தான் உங்கள் வெற்றியையோ அல்லது தோல்வியையோ தீர்மானிக்கின்றனர் என்பதை அவர் கண்டறிந்தார்.

ஒருவர் தன்னுடைய சகாக்கள் அல்லாத வேறு யாருடனாவது தன்னை அடையாளப்படுத்திக் கொள்ளத் தொடங்கும்போது

அவருடைய வாழ்வில் ஒரு நேர்மறையான மாற்றம் நிகழுகிறது என்பதையும் டேவிட் கண்டறிந்தார். ஒரு கருத்தரங்கு, பயிலரங்கு, உல்லாச விடுமுறை, அல்லது வேறு ஏதோ ஓர் இடத்திற்கு மக்கள் அழைத்துச் செல்லப்படும்போது, அங்கு அவர்கள் தங்களுடைய அன்றாடத் தொடர்பு வட்டத்திலிருந்து வேறுபட்ட நபர்களைச் சந்திக்கின்றனர், அவர்களோடு பேசுகின்றனர், இணைந்து செயல்படுகின்றனர். அதன் விளைவாக, தங்களுடைய பழைய தொடர்பு வட்டத்தில் உள்ளவர்களைவிட அதிகமாக இப்புதிய நபர்களைப்போலத் தாங்கள் இருப்பதாக அவர்கள் சிந்திக்கத் தொடங்குகின்றனர்.

## கழுகுகளோடு சேர்ந்து பறந்து செல்லுங்கள்

"நீங்கள் வான்கோழிகளோடு சுற்றித் திரிந்து கொண்டிருந்தால் உங்களால் கழுகுகளோடு சேர்ந்து பறக்க முடியாது," என்று ஊக்குவிப்புப் பேச்சாளரான ஜிக் ஜிக்லர் கூறியுள்ளார்.

எதிர்மறையான மக்களிடமிருந்து விலகி நேர்மறையான மக்களுடன் நீங்கள் தொடர்பு ஏற்படுத்திக் கொள்ளத் தொடங்குவதன் மூலம், நீங்கள் சிந்திக்கின்ற விதத்தையும் உணருகின்ற விதத்தையும் நடந்து கொள்ளுகின்ற விதத்தையும் நீங்கள் மாற்றத் தொடங்குகிறீர்கள். ஒரு பிரக்ஞையற்ற நிலையில், பின்வரும் கேள்வியை உங்களை நீங்களே கேட்டுக் கொள்ளத் தொடங்குகிறீர்கள்: "என்னுடைய புதிய தொடர்பு வட்டத்தில் உள்ளவர்கள் இதுபோன்ற சூழ்நிலையில் என்ன செய்வர்?"

## கூட்டுச் சிந்தனைக் கோட்பாடு

நீங்கள் எந்த ஐந்து நபர்களுடன் அதிகமாக சகவாசம் வைத்திருக்கிறீர்களோ, அவர்களுடைய சராசரி வருவாய்தான் உங்களுடைய சராசரி ஆண்டு வருவாயாக இருக்கும் என்று கணிக்கப்பட்டுள்ளது.

நெப்போலியன் ஹில் எழுதிய 'சிந்தனையை ஒருமுகப்படுத்திச செல்வத்தைக் குவியுங்கள்' என்ற நூலில், அமெரிக்காவின் மாபெரும் கோடீஸ்வரர்களிடம் காணப்படுகின்ற பதினேழு

முக்கியப் பண்புநலன்கள் குறிப்பிடப்பட்டுள்ளன. அவற்றில் மிக முக்கியமானது ‘கூட்டுச் சிந்தனைக் கோட்பாடு’ என்று நெப்போலியன் ஹில் பின்னாளில் கூறினார். உச்சநிலையில் இருந்த பிற வெற்றியாளர்களுடன் தினமும் தொடர்பு கொள்ளத் தொடங்கியபோதுதான் பலர் சிகரத்தை நோக்கி முன்னேறத் தொடங்கியதாக ஹில் குறிப்பிட்டுள்ளார்.

உங்கள் சமூகத்தில் நீங்கள் அதிகமாக மெச்சுகின்ற மூன்று அல்லது நான்கு நபர்களை அடையாளம் கண்டுகொண்டு அவர்களோடு சேர்ந்து ஒரு கூட்டுச் சிந்தனைக் குழுவை நீங்கள் உருவாக்கலாம். வாரத்தில் ஒரு நாள் உங்களோடு சேர்ந்து கூட்டுச் சிந்தனையில் ஈடுபட அவர்களுக்கு நேரில் சென்று அழைப்பு விடுங்கள் அல்லது தொலைபேசி மூலமாக அவர்களைத் தொடர்பு கொள்ளுங்கள்.

மக்கள் உங்கள் அழைப்பை மனமுவந்து ஏற்றுக்கொள்ளுவதைக் கண்டு நீங்கள் வியப்பீர்கள். இந்தச் சந்திப்புக்கூட்டத்தில் நீங்கள் எல்லோருமாகச் சேர்ந்து பல முக்கியமான விஷயங்களைப் பற்றிக் கலந்து பேசலாம், விவாதிக்கலாம், தெளிவு பெறலாம். இக்கூட்டம் சுமார் ஒரு மணிநேரம் நீடிப்பது பொருத்தமானதாக இருக்கும். இக்கூட்டத்தில் பேசப்படுகின்ற விஷயங்கள் உங்கள் அனைவருடைய முன்னேற்றத்திற்கும் உதவக்கூடியவையாக இருக்கும்.

## ஓர் உயர்ந்த நிலையில் எல்லோருமே வெற்றி பெறுகின்றனர்

எனக்குத் தெரிந்த வெற்றிகரமான மருத்துவர் ஒருவர் மிகவும் வெற்றிகரமான கூட்டுச் சிந்தனைக் குழு ஒன்றை அமைத்திருந்தார். அவரும் அவருடைய சிறு குழுவினரும் வாரத்தில் ஒரு நாள் அவருடைய அலுவலகத்தில் காலை ஆறரை மணிக்குச் சந்தித்தனர். அக்கூட்டம் சுமார் எட்டு மணிவரை நீடித்தது. பிறகு எல்லோரும் தங்களுடைய வழக்கமான வேலையை கவனிக்கச் சென்றனர்.

ஒவ்வொரு சந்திப்பிற்கு முன்பாகவும், மறுவாரம் எல்லோரும் படிக்க வேண்டிய ஒரு புத்தகத்தை அவர்கள் தீர்மானித்தனர். அடுத்தச் சந்திப்பின்போது, ஒருவர் அப்புத்தகத்தைப் பற்றி விமர்சிப்பார், அப்புத்தகத்தில் இடம்பெற்றுள்ள முக்கியமான

விஷயங்கள் குறித்துத் தன்னுடைய கருத்துக்களை அவர் மற்றவர்களிடம் கூறுவார். பிறகு ஒவ்வொருவராகத் தங்களுடைய அபிப்பிராயங்களைத் தெரிவிப்பர். இதன் மூலம் பல புதிய யோசனைகள் அங்கு பிறக்கும்.

## கூட்டுச் சிந்தனை விரிவடைகிறது

மேற்குறிப்பிடப்பட்ட மருத்துவருடைய கூட்டுச் சிந்தனைக் குழுவில் இறுதியில் பதினாறு நபர்கள் இடம்பெற்றிருந்தனர். அவர்கள் எல்லோருமே வெவ்வேறு தொழில்களைச் செய்பவர்களாக இருந்தனர். இக்குழுவில் சேர்ந்து அதன் சந்திப்புக்கூட்டங்களில் பங்கு கொண்டதை அடுத்து, ஓரிரு ஆண்டுகளில் அதன் உறுப்பினர்கள் அனைவருடைய தொழில்வாழ்க்கையும் வெகுவாக முன்னேறியிருந்ததை நான் கவனித்தேன். அவர்களுடைய வருவாய் இருமடங்காகவும் மும்மடங்காகவும் ஆகியிருந்தது. அவர்களுடைய நிறுவனங்கள் பெரிதாக வளர்ந்து தழைத்தன. அவர்களுக்குப் பெரும் பதவி உயர்வுகள் கிடைத்தன. தங்களுடைய கூட்டுச் சிந்தனைக் குழுதான் தங்களுடைய அளப்பரிய வெற்றிக்குக் காரணம் என்று அவர்கள் அனைவரும் ஒப்புக் கொண்டனர்.

## பிரக்ஞையோடு தேர்ந்தெடுங்கள்

இலக்குகளை நிர்ணயித்து அவற்றை அடையும் மனப்போக்கைக் கொண்ட, லட்சிய நோக்குக் கொண்ட, வாழ்வில் அற்புதமான விஷயங்களைச் சாதிப்பது குறித்து உற்சாகம் கொண்ட நேர்மறையான மக்கள் உங்களைச் சூழ்ந்திருக்கும்படி பார்த்துக் கொள்ளுங்கள். உங்களுக்குப் பயனில்லாதவர்களுடன் நேரத்தை விரயம் செய்வதை நிறுத்துங்கள். கேட்பதற்கு இது சற்றுக் கடுமையானதாக இருக்கக்கூடும். ஆனால், “பயனற்றத் தொடர்புகளை உருவாக்கிக் கொள்ளாதீர்கள்,” என்று வெற்றிகரமான தொழிலதிபரான ஜேம்ஸ் ராத்ஸ்சைல்டு கூறியுள்ளார். நீங்கள் முன்னேறிவிடாதபடி உங்களை இழுத்துப் பிடிக்கின்ற நபர்களைத் தவிர்த்துவிடுங்கள். எந்தப் பங்களிப்பையும் வழங்க முடியாத மேலோட்டமான

மக்களுடன் கலந்து பழகுவதில் உங்கள் நேரத்தை விரயம் செய்யாதீர்கள். நீங்கள் அத்தகைய் நபர்களுடன் தொடர்பு கொண்டால், வாழ்வில் நீங்கள் நிச்சயமாகத் தோற்றுவிடுவீர்கள். பலர் இவ்வாறுதான் தோற்கின்றனர். அதற்கான காரணத்தை அவர்கள் அறிந்திருப்பதுகூட இல்லை.

எல்லாமே முக்கியம்தான். ஏதோ ஒரு விதத்தில் உங்களுக்கு உதவ முடியாத அல்லது நன்மை பயக்க முடியாத மக்களுடன் நீங்கள் ஒரு நெருக்கமான தொடர்பு வைத்திருந்தால், உங்களுக்கு உதவக்கூடிய சக்தி படைத்த மக்களுடன் உங்களால் நேரம் செலவிட முடியாமல் போகிறது. இரண்டில் ஒன்று மட்டுமே சாத்தியம்.

## செய்முறைப் பயிற்சிகள்

1. *நீங்கள் யாருடனெல்லாம் அதிக நேரம் செலவிடுகிறீர்கள் என்று ஒரு பட்டியலிடுங்கள். எதிர்காலத்தில் நீங்கள் அவர்களைப்போல ஆக விரும்புகிறீர்களா? உங்கள் குழந்தைகள் வளர்ந்து பெரியவர்களாக ஆகும்போது உங்களுடைய அந்த சகாக்களைப்போல ஆக வேண்டும் என்று நீங்கள் விரும்புகிறீர்களா? அந்நபர்களோடு நேரம் செலவிடுவது உங்கள் வாழ்க்கையை வளப்படுத்தியுள்ளதா?*
2. *உடனடியாக ஒரு கூட்டுச் சிந்தனைக் குழுவை உருவாக்குங்கள். நீங்கள் விரும்புகின்ற மற்றும் மெச்சுகின்ற இரண்டு அல்லது மூன்று நபர்களுக்கு உங்கள் குழுவில் சேரும்படி அழைப்பு விடுங்கள். வாரத்திற்கு ஒரு நாள் நீங்கள் எல்லோரும் கூடி, வாழ்க்கையையும் வேலையையும் எதிர்காலத்தையும் பற்றிப் பேசுங்கள். இக்கூட்டங்களில் முளைக்கும் யோசனைகளையும் நீங்கள் கற்றுக் கொள்ளுகின்ற விஷயங்களையும் கண்டு நீங்கள் ஆச்சரியம் கொள்ளுவீர்கள்.*

அத்தியாயம் பதினொன்று

# உங்கள் தொடர்பு வட்டத்தைத் தொடர்ந்து விரிவுபடுத்திக் கொண்டே இருங்கள்

உங்கள் துறை சார்ந்த பிறருடனான தொடர்பு வட்டத்தைத் தொடர்ந்து விரிவுபடுத்திக் கொண்டே இருப்பது நீங்கள் உங்கள் தொழில்வாழ்க்கையிலும் தனிப்பட்ட வாழ்க்கையிலும் முன்னேறுவதற்கான முக்கியமான வழிகளில் ஒன்று. நான் காலப்போக்கில் ஆயிரக்கணக்கான சந்திப்புக்கூட்டங்களில் பங்கு கொண்டுள்ளேன். தத்தம் துறைகளில் மேல்மட்டத்தில் இருக்கின்றவர்கள் இக்கூட்டங்களில் தவறாமல் கலந்து கொள்ளுவதை நான் கவனித்திருக்கிறேன். இது எப்போதும் எனக்கு சுவாரசியமூட்டியுள்ளது. சராசரி நபர்கள் அல்லது அதற்குக் கீழானவர்கள் இத்தகைய கூட்டங்களில் கலந்து கொள்ளாமல் இருப்பதற்கு எப்போதும் ஏதோ ஒரு சாக்குப்போக்கைக் கொண்டுள்ளனர்.

வெற்றிக்கான ஒரு முக்கியமான விதி இருக்கிறது. ஒரு நேர்மறையான வழியில் நீங்கள் எத்தனைப் பேரை அறிந்திருக்கிறீர்கள், எத்தனைப் பேர் உங்களை அறிந்துள்ளனர்

என்பதற்கும் உங்கள் வெற்றிக்கும் ஒரு நேரடித் தொடர்பு உள்ளது. இதை வேறு விதமாகக் கூறினால், உங்கள் எதிர்காலத்தைத் தீர்மானிப்பது நீங்கள் அறிந்திருக்கும் விஷயங்கள் அல்ல, மாறாக, நீங்கள் அறிந்திருக்கும் நபர்கள்தான்.

## நூதனமான முறையில் வேலை தேடுதல்

பொருளாதாரச் சூழல் என்னவாக இருந்தாலும் எப்படி ஒரு வேலையைத் தேடி அதைத் தக்கவைத்துக் கொள்ளுவது என்று கற்றுக் கொடுப்பதற்கான ஒரு பயிற்சித் திட்டத்தை நான் உருவாக்கிக் கொண்டிருந்தபோது, புதிதாக வேலைக்கு நியமிக்கப்படுவோரில் 85 சதவீத மக்கள், ஏதோ ஒரு வழியில் அந்நிறுவனங்களில் யாரையோ அறிந்திருப்பதன் விளைவாகவே நியமிக்கப்படுகின்றனர் என்பதை நான் கண்டறிந்தேன். விளம்பரமே செய்யப்பட்டிராத வேலைகளுக்கு ஆட்களைத் தேர்வு செய்யும்போது பொதுவாகப் பரிந்துரைகளின் வாயிலாகவே பணிநியமனம் நடைபெறுகிறது.

சில சமயங்களில், சரியான நேரத்தில் சரியான இடத்தில் ஒரு குறிப்பிட்ட நபரை நீங்கள் அறிந்திருப்பது, வருவாயையும் பதவியையும் பொருத்தவரை உங்கள் தொழில்வாழ்க்கையை ஐந்தாண்டுகள் வேகமாக முன்னெடுத்துச் செல்லும். ஆனால் உங்களுக்கு உதவக்கூடிய அந்நபர் யார் என்று உங்களுக்கு ஒருபோதும் தெரியாது. எனவே, நீங்கள் ஏராளமான மக்களைச் சந்திக்க வேண்டும். அதை எப்படிச் செய்வது? நெட்வொர்க்கிங் மூலமாகத்தான்!

## தொடர்புகளை எங்கே தேடுவது

உங்களுக்கு உதவக்கூடிய மற்றும் உங்கள் உதவியைப் பெற்றுக் கொள்ளக்கூடிய முக்கியமான மக்கள் இருக்கின்ற இடங்களுக்குச் செல்லுங்கள். மீன் பிடிக்க வேண்டுமென்றால், மீன்கள் இருக்கும் இடத்திற்கு நீங்கள் செல்ல வேண்டும்.

முதலில், உங்கள் சமூகத்தில் அல்லது தேசிய அளவில் இருக்கின்ற ஓரிரு வர்த்தக அமைப்புகளில் உறுப்பினராகுங்கள். உங்கள் தொழிற்துறை சார்ந்த ஏதேனும் ஒரு தேசிய அமைப்பில்

நீங்கள் கண்டிப்பாக உறுப்பினராக வேண்டும். உள்ளூரில் அந்த அமைப்பின் கிளை இருக்கிறதா என்று பாருங்கள். இல்லாவிட்டால், பொதுவான வர்த்தக அமைப்புகளில் சேர்ந்து கொள்ளுங்கள். நீங்கள் ஒரு சிறு தொழிலதிபர் என்றால், உள்ளூர் அரிமா சங்கத்திலோ அல்லது ரோட்டரி சங்கத்திலோ சேர்ந்து கொள்ளுங்கள். நீங்கள் அறிந்திருக்க வேண்டிய மக்கள் இக்குழுக்கள் ஒவ்வொன்றிலும் இடம்பெற்றுள்ளனர். இவர்களுக்கு நீங்கள் உதவலாம், பதிலுக்கு அவர்கள் உங்களுக்கு உதவுவர்.

## கொடுப்பவராக இருங்கள்

நெட்வொர்க்கிங் என்றால் சந்திப்புக்கூட்டங்களில் கலந்து கொள்ளுதல், உங்களுடைய பிசினஸ் கார்டை மற்றவர்களுக்குக் கொடுத்தல், மற்றும் வியாபாரப் பரிவர்த்தனைகளுக்கான வாய்ப்புகளைத் தேடுதல் என்று பலர் நினைக்கின்றனர். ஆனால் இது முற்றிலும் தவறான எண்ணமாகும். தொடர்புகளை உருவாக்கிக் கொள்ளுவதில் கைதேர்ந்தவர்கள் ஓர் எளிய உத்தியைப் பயன்படுத்துகின்றனர். அது எப்போதும் பலனளிக்கிறது.

நீங்கள் புதிய நபர்களைச் சந்திக்கும்போது, ஒரே ஒரு விஷயத்தின்மீது கவனம் செலுத்துங்கள். அவர்களுடைய தொழிலில் அவர்களுக்கு உதவக்கூடிய எதை அவர்களுக்காக உங்களால் கொடுக்க முடியும் என்று கண்டுபிடியுங்கள். உங்களைப் பற்றி மறந்துவிடுங்கள். பெறுவதை விட்டுவிட்டுக் கொடுப்பதன்மீது கவனம் செலுத்துங்கள்.

திறந்தமுனைக் கேள்விகளைக் கேட்டு, அவற்றுக்கு அவர்கள் அளிக்கும் பதில்களை உன்னிப்பாகக் காதுகொடுத்துக் கேளுங்கள். மக்கள் தங்களைப் பற்றியும் தங்கள் தொழில்வாழ்க்கையைப் பற்றியும் பேசுவதில் பெரும் நாட்டம் கொண்டுள்ளனர். எனவே, ஏராளமான கேள்விகளைக் கேளுங்கள்.

ஒருவரிடம் நீங்கள் எவ்வளவு அதிகமான கேள்விகளைக் கேட்கிறீர்களோ, அவர் கூறும் பதில்களை நீங்கள் எவ்வளவு உன்னிப்பாகக் காதுகொடுத்துக் கேட்கிறீர்களோ, அவர் உங்களை அவ்வளவு அதிகமாக விரும்புவார், அவ்வளவு அதிகமாக மதிப்பார், நீங்கள் ஓர் அறிவார்ந்த நபர் என்று கருதுவார்.

ஒரு தொழிலதிபரிடம் நீங்கள் கேட்கக்கூடிய சிறந்த கேள்விகளில் ஒன்று இது: "உங்களுக்கு ஒரு புதிய வாடிக்கையாளரைப் பரிந்துரைப்பதற்கு உங்களுடைய பொருளை அல்லது சேவையைப் பற்றி நான் என்ன தெரிந்திருக்க வேண்டும்? உங்களுக்கு யார் சிறந்த வாடிக்கையாளர்களாக இருப்பார்கள்?"

அடுத்தவருக்கு ஒரு புதிய வாடிக்கையாளரைப் பெற்றுக் கொடுப்பது வேறு எதுவொன்றையும்விட அதிக வேகமாக உங்களுக்கும் அவருக்கும் இடையே ஒரு வலிமையான பிணைப்பை உருவாக்கிக் கொடுக்கும். அந்நபர் உங்களை விரும்புவார், உங்களை என்றென்றும் நினைவில் வைத்திருப்பார்.

## ஓர் உறுப்பினராக ஆகுங்கள்

பல்வேறு அமைப்புகளில் சேருகின்றவர்களில் பெரும்பாலானோர், வெறுமனே அவற்றின் கூட்டங்களில் கலந்து கொண்டுவிட்டு, தங்களுடைய பிசினஸ் கார்டுகளை விநியோகித்துவிட்டு, கூட்டம் முடிந்தவுடன் வெளியேறிவிடுகின்றனர். ஆனால் இது உங்களுக்குச் சரிப்பட்டு வராது.

நீங்கள் எந்த அமைப்பின் உறுப்பினராக இருக்கிறீர்களோ, அதைப் பற்றிய தகவல்களைப் படித்தறிந்து, அதன் முக்கியமான செயற்குழுக்கள் எவை என்று தெரிந்து கொள்ளுங்கள். பிறகு அவற்றில் ஏதேனும் ஒரு செயற்குழுவுக்குத் தன்னார்வத் தொண்டு புரியுங்கள். அதன் சந்திப்புக்கூட்டங்களில் கலந்து கொள்ளுங்கள். அவர்கள் செய்து முடிக்க வேண்டிய வேலைகளை உங்கள் பொறுப்பில் ஏற்றுக் கொண்டு அவற்றைச் செம்மையாக நிறைவேற்றுங்கள்.

எந்தவோர் அமைப்பிலும், அதன் முக்கியமான நபர்கள் எப்போதும் மிக முக்கியமான செயற்குழுக்களில் முக்கியமான பதவிகளை வகிப்பர். நீங்கள் ஓர் அமைப்பிற்குத் தன்னார்வத் தொண்டு புரிய முன்வந்து, அதன் பல பொறுப்புகளை ஏற்றுக் கொண்டு அவற்றைச் சிறப்பாகவும் வேகமாகவும் செய்து முடிக்கும்போது, உங்கள் தொழில்வாழ்க்கையில் உங்களுக்கு உதவக்கூடிய மக்களின் கவனத்தை நீங்கள் கவர்வீர்கள். உங்களைப்

பற்றியும் நீங்கள் வேலை செய்யும் விதம் பற்றியும் அவர்கள் அறிந்து கொள்ளுகின்றனர். பிறகு அவர்கள் உங்களைத் தங்கள் நினைவில் பதித்துக் கொள்ளுகின்றனர். தகுந்த வாய்ப்புகள் எழும்போது, அவர்கள் உங்களைப் பற்றி நினைக்கின்றனர். உங்களுடைய திறமைகள் தேவைப்படக்கூடிய வேலைகளுக்கும் பொறுப்புகளுக்கும் தங்கள் நண்பர்களிடமோ அல்லது வேறு நபர்களிடமோ அவர்கள் உங்களைப் பரிந்துரைக்கின்றனர்.

லாபநோக்கற்ற ஒரு நிறுவனத்தின் செயற்குழுவில் உள்ள யாரோ ஒருவருடைய பரிந்துரைகளால் தினமும் ஆயிரக்கணக்கான வேலைகளுக்கு ஆட்கள் நியமிக்கப்படுகின்றனர். என்னுடைய சொந்தத் தொழில்வாழ்க்கையும் இந்த உத்தியால் பெரும் பலனடைந்தது.

## உங்களுடைய நேரத்தைச் சிறப்பாக முதலீடு செய்யுங்கள்

ஒரு நல்ல எதிர்காலம் இல்லாத சராசரி மக்கள் தினமும் இரவில் வீட்டிற்குச் சென்று தொலைக்காட்சி நிகழ்ச்சிகளில் மூழ்கிவிடுகின்றனர். ஆனால், மேல்மட்டத்தில் இருப்பவர்கள் ஒளிமயமான எதிர்காலத்தைக் கொண்டிருக்கின்றனர். மற்றவர்களுடன் தொடர்புகளை ஏற்படுத்திக் கொள்ளுவதற்கு வாரத்திற்கு இரண்டு இரவுகளை அவர்கள் பயன்படுத்துகின்றனர். இந்த இரண்டு இரவுகள், அவர்கள் தங்கள் துறைகளில் தங்களுக்கு விருப்பமான ஒரு நிலையை எட்டுவதற்குத் தேவையான கடின உழைப்பில் பல வருடங்களை அவர்களுக்கு மிச்சப்படுத்திக் கொடுக்கின்றன.

## செய்முறைப் பயிற்சிகள்

1. நீங்கள் எங்கு சென்றாலும் மக்களுடன் தொடர்ந்து தொடர்புகளை ஏற்படுத்திக் கொண்டே இருங்கள். உங்களை அவர்களிடம் அறிமுகப்படுத்திக் கொள்ளுங்கள், அவர்கள் என்ன வேலை செய்கிறார்கள் என்று கேளுங்கள், அவர்களுடைய பதில்களை உன்னிப்பாகச் செவிமடுங்கள்.

2. *உங்களுக்கு உதவக்கூடிய உறுப்பினர்களைக் கொண்ட ஏதேனும் ஒரு வர்த்தக அமைப்பில் சேர இன்றே உறுதி பூணுங்கள். புதிய உறுப்பினர்களை ஏற்றுக் கொள்ள இத்தகைய அமைப்புகள் எப்போதும் தயாராகவும் ஆர்வமாகவும் இருக்கின்றன.*

அத்தியாயம் பதினாறு

# அறிவே சக்தி

உங்கள் துறையில் ஒரு வல்லுனராக ஆகுங்கள். உங்கள் நிறுவனத்தில் உங்கள் வேலையில் அறிவார்ந்தவராக விளங்குங்கள். உங்கள் தொழிலில் நீங்கள் தலைசிறந்தவர் என்ற நன்மதிப்பைப் பெறுங்கள்.

நாம் தகவல் யுகத்தில் வாழ்ந்து கொண்டிருக்கிறோம். நீங்கள் தகவல்கள் மற்றும் அறிவைக் கொண்டு வேலை செய்கிறீர்கள். உங்கள் நிறுவனத்திற்கும் மற்றவர்களுக்கும் தேவையான விளைவுகளைப் பெற்றுக் கொடுப்பதற்கு நீங்கள் செயல்படுத்தக்கூடிய அறிவின் அளவும் தரமும்தான் வேறு எதுவொன்றைவிடவும் உங்கள் மதிப்பையும் வருவாயையும் எதிர்கால வாய்ப்புகளையும் பெருமளவு தீர்மானிக்கின்றன.

ஒவ்வொரு நிறுவனத்திலும் வல்லுனர்கள் இருக்கின்றனர். உங்கள் வேலையில் நிபுணத்துவம் பெறுவதற்கு உங்கள் வேலையைப் பற்றி உங்களால் கற்றுக் கொள்ள முடிந்த எல்லாவற்றையும் நீங்கள் கற்றுக் கொள்ள வேண்டும். உங்கள் வேலையைப் பற்றி முழுமையாக அறிந்து கொள்ளுவதற்கு

உதவக்கூடிய புத்தகங்களைப் படிப்பதற்கும் பயிலரங்குகளில் கலந்து கொள்ளுவதற்கும் நேரம் ஒதுக்கிக் கொள்ளுங்கள்.

## வேகமாக வளர்ந்து கொண்டிருக்கின்ற நிறுவனங்களிடம் இருந்து கிடைக்கின்ற படிப்பினைகள்

ஒவ்வோர் ஆண்டும், அமெரிக்காவில் மிக வேகமாக வளர்ந்து வருகின்ற 500 நிறுவனங்களின் பெயர்களை உள்ளடக்கிய ஒரு பட்டியலை 'இன்க்' பத்திரிகை வெளியிடுகிறது. (2014ல், மிக வேகமாக வளர்ந்த ஒரு நிறுவனம், முந்தைய மூன்று ஆண்டுகளைவிடவும் 42,000 சதவீதத்திற்கும் அதிகமாக வளர்ந்தது.) அப்பத்திரிகை அந்நிறுவனங்களிடம் ஒரு கருத்துக் கணிப்பை மேற்கொண்டது. "ஒரு நிறுவனம் தன்னுடைய விற்பனையையும் லாபத்தையும் வேகமாக அதிகரிக்க விரும்பினால், எதில் முதலீடு செய்வது அதற்குச் சிறப்பானதாக இருக்கும்?" என்று அந்நிறுவனங்களிடம் கேட்கப்பட்டது.

இதற்கு அவை கொடுத்த பதிலைக் கேட்டால் நீங்கள் வியப்படைவீர்கள். விளம்பரங்களை அதிகரிப்பதைப் பற்றியோ, பொருட்களைப் 'பேக்' செய்யும் விதத்தை மேம்படுத்துவதைப் பற்றியோ, அல்லது ஒரு புதிய உத்தியை வகுப்பதைப் பற்றியோ அவை குறிப்பிடவில்லை. மாறாக, விற்பனை செய்யப்படுகின்ற பொருள் அல்லது சேவையின் தரத்தை மேம்படுத்துவதுதான் சிறந்த முதலீடாக இருக்கும் என்று அந்நிறுவனங்கள் தெரிவித்தன. வேறு எதுவொன்றிலும் பணத்தைச் செலவிடுவதைவிடவும் பொருட்கள் மற்றும் சேவைகளின் தரத்தை மேம்படுத்துவதில் பணத்தைச் செலவிடுவது ஒரு நிறுவனத்தின் விற்பனையிலும் லாபத்திலும் மிக அதிகமான தாக்கத்தை ஏற்படுத்தும் என்று வேகமாக வளர்ந்து கொண்டிருக்கும் நிறுவனங்கள் ஒப்புக் கொள்ளுகின்றன.

## தர மேம்பாடு = வெற்றி

இதில் வியப்பேதும் இல்லை. தங்கள் வாடிக்கையாளர்களுக்கு மிக உயர்ந்த தரம் வாய்ந்த பொருட்களையும் சேவைகளையும்

வழங்குகின்ற நிறுவனங்கள்தான் பெரும் லாபங்களை ஈட்டுகின்றன. வால்மார்ட் நிறுவனத்தின் வாடிக்கையாளர்களில் 70 சதவீதத்தினர் மாதச் சம்பளம் வாங்குபவர்கள். தரமான பொருட்களையும் சேவைகளையும் அவர்களுக்குக் கட்டுப்படியாகக்கூடிய விலையில் வழங்குவதற்குப் புகழ்பெற்ற நிறுவனமாக வால்மார்ட் திகழ்கிறது.

தர மேம்பாடு எனும் கொள்கை உங்களுக்கும் பொருந்தும். உங்களுடைய திறமைகளையும் அறிவையும் மேம்படுத்திக் கொள்ளுவதற்கும் உங்கள் வேலையின் தரத்தை அதிகரிப்பதற்கும் உங்கள் பணத்தையும் நேரத்தையும் செலவிடுவதுதான் நீங்கள் செய்யக்கூடிய மிகச் சிறந்த முதலீடாகும். உங்கள் துறையில் நீங்கள் ஒரு வல்லுனர் என்று பெயரெடுப்பது வேறு எதுவொன்றைவிடவும் உங்களுக்கு அதிக வெகுமதிகளையும் அதிக வெற்றியையும் பெற்றுக் கொடுக்கும் என்பது உறுதி.

## ஒரு நீண்டகால உத்தியை உருவாக்குங்கள்

இன்றிலிருந்து ஐந்து ஆண்டுகளுக்குப் பிறகு தங்கள் நிறுவனம் வெற்றிகரமானதாக இருக்க வேண்டும் என்றால், அப்போது அது எத்தகைய தகுதிகள் படைத்ததாக இருக்க வேண்டும் என்பதைக் கண்டுபிடித்து, அத்தகுதிகளை இன்றிலிருந்தே வளர்த்துக் கொள்ளத் தொடங்குவது வெற்றிகரமான நிறுவனங்கள் பயன்படுத்துகின்ற ஓர் உத்தி என்று 'கம்பீட்டிங் ஃபார் த ஃபியூச்சர்' என்ற தங்களுடைய புத்தகத்தில் கேரி ஹாமெலும் சி.கே.பிரகலாதும் குறிப்பிட்டுள்ளனர்.

நீங்கள் உங்கள் துறையில் முன்னணியில் இருக்க வேண்டும் என்றால், உங்கள் துறையில் நீங்கள்தான் தலைசிறந்தவர் என்று எதிர்காலத்தில் அறியப்படுவதற்கு உங்களிடம் கண்டிப்பாக இருக்க வேண்டிய அறிவும் திறமைகளும் எவை என்பதை நீங்கள் கண்டுபிடிக்க வேண்டும். அவை எவை?

நீங்கள் எவ்வளவு அதிகமாகக் கற்றுக் கொள்ளுகிறீர்களோ, அவ்வளவு அதிகமாக உங்களால் கற்றுக் கொள்ள முடியும் என்பது ஒரு நற்செய்தி. நீங்கள் எவ்வளவு அதிக சாமர்த்தியமானவராக ஆகிறீர்களோ, அவ்வளவு அதிக சாமர்த்தியமானவராக

நீங்கள் ஆகிறீர்கள். நீங்கள் உங்கள் நினைவாற்றலை எவ்வளவு அதிகமாக மேம்படுத்துகிறீர்களோ, உங்கள் நினைவு அவ்வளவு வேகமாக மேம்படுகிறது. புதிதாக நீங்கள் ஒன்றைக் கற்றுக் கொள்ளும் ஒவ்வொரு முறையும், நீங்கள் உங்கள் மூளையின் உயிரணுக்களைத் தூண்டிவிடுகிறீர்கள். எதிர்காலத்தில் இன்னும் அதிகமான விஷயங்களை நீங்கள் கற்றுக் கொள்ளுவதை இது அதிக சுலபமானதாக ஆக்குகிறது.

## மிக உயர்ந்த சம்பளம் வாங்கும் மக்களை ஆய்வு செய்யுங்கள்

உங்கள் நிறுவனத்திலோ அல்லது தொழிற்துறையிலோ உங்களைச் சுற்றிலும் பாருங்கள். யாரெல்லாம் மிக உயர்ந்த சம்பளம் வாங்குகிறார்கள் என்பதைக் கண்டுபிடியுங்கள். அவர்கள் எப்படிப்பட்டவர்கள்? மற்றவர்களிடமிருந்து அவர்களைத் தனித்துக் காட்டுகின்ற எந்த மாதிரியான அறிவும் திறமைகளும் அவர்களிடம் இருக்கின்றன?

மிகவும் வெற்றிகரமான 500 பெருநிறுவனங்கள் பற்றிய பட்டியலில் இடம்பெற்றுள்ள ஒரு நிறுவனத்தின் தலைவருடைய வருமானம் ஆண்டொன்றுக்கு ஏறத்தாழ ஒரு கோடி டாலர்களாக இருக்கிறது. அந்நிறுவனத்தில் வேலை செய்கின்ற மக்களுடைய சராசரிச் சம்பளத்தைவிட 258 மடங்கு அதிகம் அது. இது எப்படிச் சாத்தியம்?

இதற்கான விடை எளியது. இந்த உயரதிகாரிகள் தங்கள் தொழில்வாழ்க்கையின் ஊடாக ஒவ்வொரு முக்கியமான திறமையாகக் கைவசப்படுத்தி வந்துள்ளனர். அவை அனைத்துமாகச் சேர்ந்து மிகச் சிறந்த விளைவுகளை வேகமாகப் பெற்றுக் கொடுப்பதற்கு அவர்களுக்கு உதவின. மிக உயர்ந்த தகுதி வாய்ந்த நிறுவனத் தலைவர் ஒருவரால் ஓராண்டுக்குள் அந்நிறுவனத்தின் லாபத்தைப் பன்மடங்கு அதிகரிக்க முடியும். அந்த லாபத்தோடு ஒப்பிடுகையில் அவருக்குக் கொடுக்கப்படுகின்ற சம்பளம் அந்நிறுவனத்திற்குக் கட்டுப்படியாகின்ற ஒன்றுதான். அதை நாம் எளிதாக நியாயப்படுத்திவிடலாம்.

## உங்களுக்குத் தேவையான திறமைகள் எவையென்று கண்டுபிடியுங்கள்

உங்கள் தொழிலில் மிகவும் மதிப்புவாய்ந்தவர்களில் ஒருவராக ஆவதற்கு உங்களிடம் குறிப்பாக என்னென்ன திறமைகள் இருக்க வேண்டும்? ஒரு புத்தகத்திலிருந்து கிடைக்கக்கூடிய ஒரே ஒரு புதிய யோசனையால்கூட உங்கள் நிறுவனத்தின் வெற்றியைப் பன்மடங்கு அதிகரிக்க முடியும்.

அதிக ஆரவாரம் செய்யாமல் உங்கள் துறையில் ஒரு நிபுணராக ஆகுங்கள். உங்கள் துறையில் உள்ள மேல்மட்ட ஐந்து சதவீத நபர்களில் நீங்களும் ஒருவராக ஆகப் போவதாக ஒரு தீர்மானம் மேற்கொள்ளுங்கள். உங்கள் தொழிலில் நீங்கள் மேதமை பெறும்வரை தொடர்ந்து கற்றுக் கொண்டே இருங்கள்.

உங்களுக்குத் தெரிந்த எல்லாவற்றையும் ஒருபோதும் வெளியே கூறிவிடாதீர்கள். தகவல்களை நீங்கள் பதுக்க வேண்டும் என்பது இதற்கு அர்த்தமல்ல. போவோர் வருவோரிடமெல்லாம் உங்கள் அறிவை வெளிக்காட்டாதீர்கள். உங்கள் நிறுவனத்திற்கு ஒரு மதிப்புவாய்ந்த சொத்தாக மாறுங்கள். உங்கள் நிறுவனத்தின் வருவாயையும் லாபத்தையும் அதிகரிப்பதற்குப் பங்களிக்கக்கூடிய நடவடிக்கைகளில் தொடர்ந்து மேம்படுங்கள்.

அறிவே சக்தி என்று கூறப்படுவதை நீங்கள் கேட்டிருப்பீர்கள். உண்மையில், நடைமுறையில் செயல்படுத்தப்படக்கூடிய அறிவுதான் சக்தியாகும். ஏதோ நல்ல நோக்கத்திற்காகவோ அல்லது மேம்பட்ட விளைவுகளைப் பெறுவதற்காகவோ அறிவை நாம் பயன்படுத்த வேண்டும். பிறகு வெற்றி நிச்சயம்!

## செய்முறைப் பயிற்சிகள்

1. உங்களை உங்கள் நிறுவனத்திற்கு மதிப்புவாய்ந்த ஒருவராக ஆக்கக்கூடிய ஒரு திறமையை அல்லது தகுதியைக் கண்டுபிடியுங்கள். பிறகு, அத்திறமையில் மேதமை பெறுவதற்கு உங்களை முழுமையாக அர்ப்பணித்துக் கொள்ளுங்கள்.

2. உங்களிடம் இல்லாத எந்தத் திறமை நீங்கள் உங்கள் ஆற்றலை முழுமையாகப் பயன்படுத்துவதிலிருந்து உங்களை இழுத்துப் பிடித்துக் கொண்டிருக்கிறது என்பதைக் கண்டுபிடியுங்கள். பிறகு, அந்தத் திறமையை உங்களிடம் வளர்த்துக் கொள்ள உறுதி பூணுங்கள்.

அத்தியாயம் பதினைந்து

# ஒரு வெற்றியாளரைப்போல உடையணியுங்கள்

உங்களுடைய புறத்தோற்றத்தை வைத்து மக்கள் உங்களை எடை போடுகின்றனர். நீங்கள் உடையணியும் விதமும் உங்களை நேர்த்தியாக வைத்துக் கொள்ளும் விதமும்தான் மக்கள் உங்களைப் பார்த்தவுடன் முதன்முதலாக உங்களைப் பற்றி ஏற்படுத்திக் கொள்ளுகின்ற அபிப்பிராயத்தில் *95* சதவீதத்தைத் தீர்மானிக்கின்றன. ஏனெனில், உங்கள் உடையும் தலைமுடியும் மக்கள் பார்க்கின்றவற்றில் *95* சதவீத இடத்தை எடுத்துக் கொள்ளுகின்றன.

ஒரு வெற்றியாளரைப்போல உடையணியுங்கள். உங்கள் நிறுவனத்தில் உயர்நிலைகளில் இருக்கும் நபர்களை உங்களுடைய முன்மாதிரிகளாகப் பயன்படுத்திக் கொள்ளுங்கள். தங்களிடமிருந்து வேறுபட்டுள்ள நபர்களுடன் வேலை செய்யவோ அல்லது அவர்களுக்குப் பதவி உயர்வு அளிக்கவோ மக்கள் விரும்புவதில்லை. உங்கள் நிறுவனத்திலும் உங்கள் தொழிற்துறையிலும் உள்ள தலைசிறந்த நபர்களை அப்படியே

பின்பற்றுங்கள். அவர்கள் ஒரு குறிப்பிட்டப் பாணியில் உடையணிந்தால், நீங்களும் அதை அப்படியே நகலெடுங்கள். நீங்கள் எத்தகைய ஆடைகளை அணிய உங்கள் நிறுவனம் அனுமதிக்கிறதோ அதன்படி உடையணியுங்கள், விதிமுறைகளை மீறாதீர்கள்.

"என்னுடைய புறத்தோற்றத்தை வைத்து மக்கள் என்னை எடை போடக்கூடாது," என்று சிலர் கூறுகின்றனர். ஆனால், உண்மையில், நீங்கள்கூட மற்ற எல்லோரையும் அவர்களுடைய புறத்தோற்றத்தைக் கொண்டே சீர்தூக்கிப் பார்க்கிறீர்கள். அப்படி இருக்கும்போது, அவர்கள் மட்டும் ஏன் உங்களை அதே வழியில் எடை போடக்கூடாது? அவர்கள் அப்படித்தான் நடந்து கொள்ளுவர்.

## என் வாழ்க்கை மாறிய விதம்

நான் ஒரு விற்பனையாளராக இருந்த காலத்தில் வெற்றி அவ்வளவு வேகமாக என்னை நோக்கி வரவில்லை. நான் அறிவார்ந்தவனாகவும் தயாராகவும் இருந்தேன். வாடிக்கையாளர்களை நான் சந்தித்தபோது, நான் நேர்மறையாகவும் இனிமையாகவும் தோழமையுடனும் நடந்து கொண்டேன். ஆனால், தீர்மானம் மேற்கொள்ளுவதற்கான நேரம் வந்தபோது, அவர்கள் எல்லோருமே கிட்டத்தட்ட, "நான் இது குறித்து இன்னும் சிந்திக்க விரும்புகிறேன்," என்றே எனக்கு பதிலளித்தனர்.

பிறகு ஒரு நாள் நிகழ்ந்த ஒரு விஷயம் என் வாழ்க்கையை மாற்றியது. வயதில் என்னைவிட மூத்த, அதிக அறிவார்ந்த, அதிக வெற்றிகரமான விற்பனையாளர் ஒருவர் என்னை ஓர் ஓரமாக அழைத்துச் சென்று, நான் உடையணிந்த விதம் குறித்துத் தான் கூற விரும்பும் விஷயத்தைக் கேட்க என் சம்மதத்தைக் கோரினார். நான் கற்றுக் கொள்ள ஆர்வமாக இருந்ததால், அவருடைய அறிவுரையைச் செவிமடுக்க நான் தயாராக இருந்ததாக அவரிடம் கூறினேன்.

அந்த நேரத்தில் நான் ஒரு மலிவான, என் உடலுக்குப் பொருத்தமில்லாத ஆடையை அணிந்திருந்தேன். என் ஆடை

மலிவான விலையில் வாங்கப்பட்டது என்பது வெளிப்படையாகத் தெரிந்தது. என் காலணிகளும் தரம் குறைந்தவையாக இருந்தன. என் தலைமுடி சற்று நீளமாக இருந்தது. என்மீது என் வாடிக்கையாளர்களுக்கு நம்பிக்கை ஏற்படுவதற்கு ஏற்றதாக என் புறத்தோற்றம் இருக்கவில்லை.

எப்படி ஒழுங்காக உடையணிய வேண்டும் என்று அந்த மூத்த விற்பனையாளர் எனக்குக் கற்றுக் கொடுத்தது எனக்கு இன்னும் நினைவிருக்கிறது. அது என் வாழ்வில் ஒரு திருப்புமுனையாக அமைந்தது.

## புதிய ஆடைகள்

அடுத்த ஒருசில நாட்கள் அவர் என்னை வெளியே அழைத்துச் சென்று, சில நல்ல ஆடைகளைத் தேர்ந்தெடுக்க எனக்கு உதவினார். ஆனால் அவற்றின் விலை எனக்குக் கட்டுப்படியாகவில்லை. இருந்தாலும் நான் அவற்றை வாங்கிக் கொண்டேன்.

நான் அப்புதிய ஆடைகளில் ஒன்றை அணிந்து சென்ற முதல் நாளன்று நான் சந்தித்த நபர்கள் என்னிடம் நடந்து கொண்ட விதம் என்னால் நம்ப முடியாத அளவுக்கு அற்புதமானதாக இருந்தது. ஏதோ தெருவிலிருந்து வந்திருந்த ஒரு மட்டமான விற்பனையாளனைப்போல என்னை நடத்துவதற்கு பதிலாக, என்னுடைய வாடிக்கையாளர்களாக ஆவதற்கான சாத்தியம் கொண்டிருந்த அந்நபர்கள் என்னை மிகுந்த மரியாதையோடு நடத்தினர், நான் கூறியதை உன்னிப்பாகக் காதுகொடுத்துக் கேட்டனர். பிறகு அவர்கள் என்னிடமிருந்து பொருட்களை வாங்கத் தொடங்கினர். என் விற்பனை மேன்மேலும் அதிகரித்தது. விரைவில், நான் என் கனவிலும் நினைத்துப் பார்த்திராத அளவு ஏராளமான பணத்தைச் சம்பாதித்துக் கொண்டிருந்தேன்.

## முறையாக உடையணிவது வாய்ப்புக் கதவுகளைத் திறந்துவிடுகிறது

தொழில்முறைரீதியாக முறையாக உடையணிவது எப்படி என்பதைக் கற்றுக் கொடுக்கின்ற ஏதேனும் ஒரு புத்தகத்தையாவது

வாங்கிப் படித்து, அதில் கூறப்பட்டுள்ள விஷயங்களை நடைமுறையில் செயல்படுத்துங்கள். நீங்கள் உங்கள் ஆடைகள்மீது அக்கறையற்று இருப்பது உங்கள் வெற்றிக்கு இடையூறாக அமையும். நான் சிறப்பாக உடையணிந்த ஒரே காரணத்திற்காக எனக்குப் பல நல்ல வாய்ப்புகள் கிடைத்துள்ளன. ஏனெனில், நம்பகத்தன்மைதான் எல்லாமே.

சிறப்பாக உடையணிந்த ஒருவர் அதிகத் தகுதி வாய்ந்தவராகவும் அதிக சாமர்த்தியமானவராகவும் ஒரு வேலைச் சூழலில் அதிக நம்பகமானவராகவும் தெரிகிறார். நீங்கள் எல்லா விதத்திலும் நம்பகமானவராகத் தோன்றும்போது மக்கள் உங்களுடைய தீர்மானங்கள்மீது அதிக நம்பிக்கை வைக்கின்றனர்.

உங்கள் ஆடை மட்டுமல்லாமல், உங்கள் பெல்ட், டை, காலுறைகள், கைக்கடிகாரம், காலணிகள் ஆகிய எல்லாமே முக்கியமானவைதான். உங்களுடைய கைப்பெட்டி மிகத் தூய்மையாகவும் வசீகரமாகவும் நல்ல நிலையிலும் இருக்கும்படி பார்த்துக் கொள்ளுங்கள்.

நீங்கள் உங்களுடைய தோற்றம் நேர்த்தியானதாக இருக்கும்படி பார்த்துக் கொள்ள வேண்டியது முக்கியம். மக்கள் உங்களைப் பார்க்கும்போது, உங்கள் முகத்தையும் தலைமுடியையும் தலையையும் கழுத்தையும் பார்க்கின்றனர். பிறகு, நீங்கள் நம்பகமானவரா இல்லையா என்பதைப் பற்றிய ஓர் உடனடித் தீர்மானத்தை மேற்கொள்ளுகின்றனர்.

ஒருவர் உங்களை முதன்முதலில் சந்திக்கும்போது, முதல் நான்கு நொடிகளுக்குள் உங்களைப் பற்றிய ஓர் அபிப்பிராயத்தைத் தன் மனத்தில் உருவாக்கிக் கொள்ளுகிறார். அடுத்த முப்பது நொடிகளுக்குள் அவர் அந்த அபிப்பிராயத்தை உறுதிப்படுத்துகிறார். பிறகு, உங்களைப் பற்றி எதை நம்ப வேண்டும் என்று அவர் ஏற்கனவே தீர்மானித்துள்ளாரோ, அதை உறுதிப்படுத்துவதற்கான ஆதாரத்தை அவர் தேடத் தொடங்குகிறார். எனவே, மக்கள் உங்களைப் பற்றி உருவாக்கிக் கொள்ளுகின்ற முதல் அபிப்பிராயம் நல்லவிதமாக இருக்கும்படி பார்த்துக் கொள்ளுங்கள். இரண்டாவது முறையாக ஒரு முதல் அபிப்பிராயத்தை ஏற்படுத்த முடியாது. ஏனெனில், அப்போது காலம் கடந்திருக்கும்.

## அரசியல் அறிவுரை

அரசியலில் போட்டியிடும் நபர்களுக்கு நான் அறிவுரை வழங்கிக் கொண்டிருந்தபோது, முகத்திலுள்ள முடியின் முக்கியத்துவத்தை நான் கண்டறிந்தேன். தாடி வைத்திருப்பவர்கள் எதையோ மறைக்க முயற்சித்துக் கொண்டிருந்ததாக மக்கள் கருதினர். ஒரு திருடன் ஒரு முகமூடி அணிந்திருப்பதைப் போன்றது அது. ஒரு வியாபாரச் சூழ்நிலையில் முகத்தில் தாடியுடன்கூடிய ஒரு நபரை நீங்கள் முதன்முதலாகச் சந்திக்கும்போது, அவர் நம்பிக்கைக்கு உகந்தவர் அல்ல என்ற எண்ணம்தான் தானாக உங்கள் மனத்தில் தோன்றுகிறது.

ஒருவர் மீசை வைத்திருந்தால், தீர்மானம் மேற்கொள்ளுவதில் அவருக்குப் பிரச்சனை இருப்பதாகக் கருதப்படுகிறது.

தாடி வைத்திருக்கும் ஓர் அரசியல்வாதிக்கு நாங்கள் கொடுக்கும் முதல் அறிவுரை, அவர் அதை மழித்துவிட வேண்டும் என்பதுதான். ஒரு விற்பனையாளர், ஒரு வழக்கறிஞர் போன்றோருக்கும், மற்றவர்கள்மீது தாக்கம் ஏற்படுத்த விரும்புகின்ற எவரொருவருக்கும் நாங்கள் கொடுக்கின்ற முதல் அறிவுரை, அவர்களும் தங்கள் முகங்களில் உள்ள முடியை மழிக்க வேண்டும் என்பதுதான்.

## ஒரு வெற்றியாளரைப்போலத் தோற்றமளியுங்கள்

தினமும் காலையில் ஒரு கண்ணாடியின் முன்னால் நின்று கொண்டு, "என் தொழிலில் உள்ள மிகச் சிறந்த நபர்களில் ஒருவரைப்போல நான் காட்சியளிக்கிறேனா?" என்று உங்களை நீங்களே கேட்டுக் கொள்ளுங்கள்.

மக்கள் முதன்முறையாக உங்களைப் பார்க்கும்போது நீங்கள் எப்படிப்பட்ட அபிப்பிராயத்தை அவர்களிடம் உருவாக்குகிறீர்கள்? இதற்கான உங்கள் பதில் உங்களுக்கு மகிழ்ச்சியளிக்காவிட்டாலோ அல்லது நீங்கள் உங்களைப் பற்றி உருவாக்கிக் கொண்டிருக்கும் அபிப்பிராயம் உங்களுக்கு மகிழ்ச்சியளிக்காவிட்டாலோ, ஒரு விஷயத்தை நினைவில் வைத்துக் கொள்ளுங்கள். நீங்கள் உங்களைப் பற்றி எத்தகைய அபிப்பிராயத்தை உருவாக்குகிறீர்கள்

என்பது முற்றிலும் உங்கள் கட்டுப்பாட்டில்தான் இருக்கிறது. தினமும் காலையில், நீங்கள் அணியவிருக்கும் ஆடையையும் மற்றப் பொருட்களையும் நீங்களே தேர்ந்தெடுத்து அவற்றை ஒழுங்காக அடுக்கி வையுங்கள்.

## செய்முறைப் பயிற்சிகள்

1. உங்கள் துறையில் மிகவும் வெற்றிகரமாகத் திகழுகின்ற, எல்லோராலும் பெரிதும் மதிக்கப்படுகின்ற நபர்களை கவனியுங்கள். அவர்களோடு ஒப்பிடுகையில் உங்கள் உடையலங்காரம் எப்படி இருக்கிறது?
2. நீங்கள் இப்போது செலவிடும் பணத்தைவிட இரண்டு மடங்கு அதிகமாகச் செலவிடுங்கள், ஆனால் நீங்கள் வாங்கும் ஆடைகளில் பாதியை வாங்குங்கள். உங்களை ஒரு வெற்றியாளர்போலத் தோன்றச் செய்கின்ற ஓர் அற்புதமான ஆடையை வாங்குங்கள். அதை உங்கள் வேலைக்கு அணிந்து சென்று, பிறகு நிகழுவதைப் பாருங்கள்.

அத்தியாயம் பதினொன்று

# உங்கள் செயல்பாடு எப்போதும் உயர்ந்த தரம் கொண்டதாக இருக்கட்டும்

உங்கள் துறையில் நிபுணத்துவம் வாய்ந்தவராக இருங்கள். எந்த வேலையானாலும் சரி, சிறப்பாக வேலை செய்து மகத்தான விளைவுகளைப் பெற்றுக் கொடுப்பதுதான் வேகமான முன்னேற்றத்திற்கான அடித்தளமாகும். நீங்கள் செய்கின்ற எதுவொன்றையும் மிகச் சிறப்பாகச் செய்வதற்கு உங்களை அர்ப்பணித்துக் கொள்ளுங்கள். உங்களுக்கென்று உயர்ந்த தரங்களை நிர்ணயித்துக் கொள்ளுங்கள். எந்தக் காரணத்திற்காகவும் அத்தரங்களை ஒருபோதும் விட்டுக் கொடுக்காதீர்கள்.

இன்று தொழிலுலகில் இரண்டு போர்கள் நடைபெற்றுக் கொண்டிருக்கின்றன. செயற்திறன் போர், அரசியல் போர் ஆகியவைதான் அவை. நீங்கள் முதலாவதைத் தேர்ந்தெடுக்க வேண்டும், அதன் அடிப்படையில் வெற்றி பெறுவதென்று தீர்மானிக்க வேண்டும்.

## அலுவலக அரசியலுக்குள் நுழைவதைத் தவிர்த்துவிடுங்கள்

அலுவலக அரசியலில் கைதேர்ந்தவர்கள் சிலர் இருக்கின்றனர். மாக்கியாவெல்லியர்கள் என்று அவர்கள் அழைக்கப்படுகின்றனர். அரசியலில் கவனம் செலுத்துகின்ற மக்கள், தங்கள் வேலையின் தரம் குறைவாக இருப்பதை மறைப்பதற்காகவே அவ்வாறு செய்கின்றனர். ஆனால் இறுதியில் அவர்களுடைய குட்டு வெளிப்பட்டுவிடுகிறது. செயற்திறன்மீதும், தங்கள் வேலையைச் சிறப்பாகச் செய்வதன்மீதும், அவ்வேலையில் தொடர்ந்து சிறப்புறுவதன்மீதும் கவனம் செலுத்துகின்றவர்கள்தான் இறுதியில் வெற்றி பெறுகின்றனர்.

உயர்ந்த செயற்திறனோடு செயல்படுபவர்கள் காலப்போக்கில் மாக்கியாவெல்லியர்களை முந்திச் சென்றுவிடுகின்றனர். ஏனெனில், உயர்ந்த செயற்திறன் கொண்ட மக்களை எந்த அளவுக்கு ஒரு நிறுவனம் கவர்ந்திழுத்து வெகுமதியளிக்கிறதோ, அந்த அளவுக்குத்தான் அது நிலைத்திருக்கும். அலுவலக அரசியல்வாதிகள் ஒரு நிறுவனத்தின் வெற்றிக்கு எந்தப் பங்களிப்பையும் வழங்குவதில்லை. உயர்ந்த செயற்திறன்மீதே எப்போதும் உங்கள் கவனம் இருக்கட்டும்.

"தன்னுடைய துறையில் சிறந்து விளங்குகின்ற, சிறப்பான விளைவுகளைப் பெற்றுக் கொடுக்கின்ற, தரமான வேலையைச் செய்கின்ற ஒருவர் அலுவலக அரசியலில் ஒருபோதும் ஈடுபடுவதில்லை," என்று பீட்டர் டிரக்கர் கூறியுள்ளார்.

நீங்கள் அரசியலை உதாசீனப்படுத்த வேண்டும் என்று இதற்கு அர்த்தமில்லை. மாறாக, உயர்ந்த செயற்திறன்தான் பதவி உயர்வுக்கான உண்மையான திறவுகோல் என்று அது பொருள்படுகிறது.

வேகமான பதவி உயர்வுகளைப் பொருத்தவரை, நிறுவன ஊழியர் ஒருவர் எவ்வளவு செயற்திறன் கொண்டவராக இருக்கிறார் என்பதை மதிப்பிடும்போது, அவருடைய தொடர்புகள், அரசியல், பணம், கல்வித் தகுதி, அனுபவம் ஆகியவை முற்றிலுமாகப் புறக்கணிக்கப்படுகின்றன. நீங்கள் உயர்ந்த செயற்திறன் கொண்ட ஒருவராக ஆகும்போது, வேறு எதைப் பற்றியும் அல்லது வேறு எவரைப் பற்றியும் நீங்கள் கவலைப்பட வேண்டியதில்லை.

## நீங்கள் கருத்தில் கொள்ள வேண்டிய மூன்று காரணிகள்

நீங்கள் உங்கள் துறையில் உச்சநிலையை எட்டுவதற்கு நீங்கள் பயன்படுத்தக்கூடிய தனிப்பட்ட வியாபார மாதிரி ஒன்றை உருவாக்குவதில் நீங்கள் கருத்தில் கொள்ள வேண்டிய மூன்று காரணிகள் உள்ளன. என்ன, யார், எப்படி ஆகியவைதான் அவை.

## உங்களுடைய மதிப்பான பங்களிப்பு என்ன என்பதை அறிந்திடுங்கள்

'என்ன' என்பது நீங்கள் வழங்கக்கூடிய மதிப்பான பங்களிப்பைச் சுட்டிக்காட்டுகிறது. நீங்கள் செய்கின்ற எது உங்களை மதிப்புவாய்ந்தவராகவும் உங்கள் நிறுவனத்திற்கு இன்றியமையாதவராகவும் ஆக்குகிறது? நீங்கள் புதிய திறமைகளை வளர்த்துக் கொள்ள வேண்டியிருந்தால் உங்களால் என்னவெல்லாம் செய்ய முடியும்? எதிர்காலத்திற்காக நீங்கள் எந்தெந்தத் திறமைகளை வளர்த்துக் கொள்ள வேண்டும்?

உங்கள் நிறுவனத்திற்கு நீங்கள் எத்தகைய பங்களிப்புகளை வழங்குகிறீர்கள்? எந்தப் பங்களிப்பை வழங்குவதற்காக நீங்கள் சம்பளம் கொடுத்து நியமிக்கப்பட்டிருக்கிறீர்கள்?

## உங்கள் வாடிக்கையாளர்மீது கவனத்தைக் குவியுங்கள்

'யார்' என்பது உங்கள் வாடிக்கையாளரைக் குறிக்கிறது. உங்களுடைய திறமைகளைப் பயன்படுத்திக் கொள்ள வேண்டியவர் அவர். நீங்கள் சேவை செய்ய வேண்டியவர் அவர். பொதுவாக இந்த வாடிக்கையாளர்தான் உங்களுடைய உண்மையான முதலாளியாக இருக்கிறார். பல சமயங்களில், உங்கள் சக ஊழியர்களும், உங்களின்கீழ் பணியாற்றுபவர்களும், உங்கள் நிறுவனத்தின் பொருட்களையும் சேவைகளையும் பணம் கொடுத்து வாங்குகின்ற வாடிக்கையாளர்களும் உங்களுடைய 'வாடிக்கையாளர்களாக' இருக்கின்றனர்.

உங்களுடைய தனித்துவமான திறமைகளைப் பயன்படுத்தி நீங்கள் பெற்றுக் கொடுக்கின்ற விளைவுகள் ஒருவருடைய

குறிப்பிட்டத் தேவைகளை நிறைவேற்றுகின்ற வகையில் இருக்க வேண்டும் என்பதுதான் உங்கள் விருப்பமாக இருக்க வேண்டும்.

## உங்களிடமிருந்து எதிர்பார்க்கப்படுகின்ற விளைவுகளைப் பெற்றுக் கொடுங்கள்

உங்களுடைய தனிப்பட்ட வியாபார மாதிரியின் மூன்றாவது அம்சமான 'எப்படி' என்பது மக்களுக்குத் தேவையான மற்றும் விருப்பமான விளைவுகளை நீங்கள் பெற்றுக் கொடுக்கின்ற விதத்தை உணர்த்துகிறது. ஒரு நேரத்தில் ஒரு விளைவின்மீது கவனம் செலுத்தி, அதை வேகமாகவும் சிறப்பாகவும் அடைவதற்கான உங்கள் திறன்தான் நீங்கள் உங்கள் துறையில் உச்சநிலையை அடைவதற்குப் பெரிதும் உதவுகிறது.

## பிறருடைய கவனத்தைக் கவருங்கள்

நீங்கள் உங்கள் வேலையில் சிறப்பாகச் செயல்படுவது எப்போதும் உங்களுடைய மேலதிகாரிகளின் கவனத்தை உங்கள் பக்கமாக ஈர்க்கும். செயற்திறன்தான் எல்லாமே!

நீங்கள் எந்தக் கல்லூரியிலிருந்து பட்டம் பெற்றிருந்தாலும் சரி (அல்லது நீங்கள் கல்லூரிக்கே போயிருக்காவிட்டாலும் சரி), நீங்கள் எவ்வளவு மதிப்பெண்களைப் பெற்றிருந்தாலும் சரி, நீங்கள் ஒரு வேலையில் சேர்ந்து இரண்டு ஆண்டுகளுக்குப் பிறகு யாரும் அவற்றைப் பற்றியெல்லாம் பேசப் போவதில்லை. உங்களுடைய வேலையில் நீங்கள் எவ்வளவு சிறப்பாகச் செயல்பட்டுக் கொண்டிருக்கிறீர்கள் என்பதன்மீதுதான் எல்லோரும் அக்கறை கொண்டுள்ளனர்.

உங்களுடைய விற்பனைப் பொருட்களும் சேவைகளும் தரமானவையாக இருக்கும்படி பார்த்துக் கொள்ளுவதற்குத் தேவையான முதலீடுகளைச் செய்வதன் முக்கியத்துவத்தைப் பற்றி நாம் பதினான்காவது அத்தியாயத்தில் பார்த்தோம். தனிப்பட்ட முறையிலும் நீங்கள் தரமானவராக இருக்க வேண்டியது முக்கியமாகும். நீங்கள் உங்கள் வேலையில் மேன்மேலும் சிறப்புறுவதற்கு எவ்வளவு அதிகமான நேரத்தையும் முயற்சியையும் முதலீடு செய்கிறீர்களோ, அவ்வளவு அதிகமான

வாய்ப்புக் கதவுகள் உங்களுக்காகத் திறக்கும். அவை மிக வேகமாகவும் திறக்கும்.

## செய்முறைப் பயிற்சிகள்

1. எந்தவொரு தளத்தில் உயர்ந்த செயற்திறனோடு நீங்கள் செயல்பட்டால் உங்கள் நிறுவனத்திற்கு மதிப்புவாய்ந்த பங்களிப்பை வழங்க உங்களுக்கு உதவுமோ, அத்தளத்தை அடையாளம் கண்டுகொண்டு, அதில் சிறப்புறுவதற்கு உங்களை அர்ப்பணித்துக் கொள்ளுங்கள்.
2. நீங்கள் எவற்றிலெல்லாம் திறமையானவராக இல்லை, எவற்றில் உங்களுக்கு அவ்வளவு ஆர்வமில்லை என்பதைக் கண்டுகொண்டு, அவற்றைப் பிறரிடம் ஒப்படைப்பதற்கான வழிகளைத் தேடுங்கள். நீங்கள் அப்படிச் செய்யும்போது, உங்களுடைய தொழில்வாழ்க்கையில் மாபெரும் வித்தியாசத்தை ஏற்படுத்தக்கூடிய ஒருசில முக்கியமான விஷயங்களைச் செய்வதற்குக் கூடுதல் நேரம் உங்களுக்குக் கிடைக்கும்.

அத்தியாயம் பதினேழு

# உத்திசார் திட்டமிடுதலை ஒரு பழக்கமாக்கிக் கொள்ளுங்கள்

உத்தி சார்ந்து திட்டமிடுவதற்கான திறன் உங்கள் தொழிலிலும் தனிப்பட்ட வாழ்க்கையிலும் நீங்கள் வெற்றி பெறுவதற்கான ஓர் இன்றியமையாத திறமையாகும். உண்மையில், உத்தி சார்ந்து சிந்திப்பதற்கான திறன் உங்கள் வெற்றிக்கு மிகவும் இன்றியமையாததாகும்.

உத்திசார் திட்டமிடுதலில் சிறப்புறுங்கள். திட்டமிடும்போது பல மாதங்களுக்கு அல்லது பல ஆண்டுகளுக்குத் திட்டமிடுங்கள். எதிர்காலத்தில் ஒரு குறிப்பிட்டக் காலகட்டத்தில் நீங்கள் எங்கே இருக்க விரும்புகிறீர்கள் என்பதைப் பற்றிச் சிந்திக்க நேரம் எடுத்துக் கொள்ளுங்கள். பிறகு, இன்று நீங்கள் செய்கின்ற அனைத்தும் உங்களை அந்த இலக்கை நோக்கி அழைத்துச் செல்லுவதை உறுதி செய்து கொள்ளுங்கள்.

## உத்திசார் திட்டமிடுதல் செயல்முறை

ஏழு அம்சங்களைக் கொண்ட இச்செயல்முறையை உங்கள் தனிப்பட்ட வாழ்க்கையிலும் தொழில்வாழ்க்கையிலும் நீங்கள் செயல்படுத்தலாம்.

1. **உங்கள் முன்னோக்கு:** இனிவரும் ஆண்டுகளில் நீங்கள் அடையக்கூடிய அல்லது செய்யக்கூடிய விஷயங்களுக்கு எல்லையே இல்லை என்று கற்பனை செய்து கொள்ளுங்கள். இன்றிலிருந்து ஐந்து ஆண்டுகளில் உங்கள் தொழில்வாழ்க்கை மிகவும் கச்சிதமானதாக இருந்தால், அது எப்படிக் காட்சியளிக்கும்? அது இன்றிலிருந்து எப்படி வேறுபட்டிருக்கும்?
2. **உங்கள் விழுமியங்கள்:** உங்கள் வாழ்வில் உங்களுடைய மிக முக்கியமான விழுமியங்கள் எவை? முக்கியத்துவத்தின் அடிப்படையில் அவற்றை எவ்வாறு நீங்கள் பட்டியலிடுவீர்கள்? உங்களுடைய உண்மையான விழுமியங்கள் பற்றி நீங்கள் எவ்வளவு அதிகத் தெளிவு கொண்டிருக்கிறீர்களோ, முக்கியமான தீர்மானங்களை எடுப்பது உங்களுக்கு அவ்வளவு அதிக சுலபமானதாக இருக்கும்.
3. **உங்கள் லட்சியம்:** மற்றவர்களுடைய வாழ்க்கையிலும் வேலையிலும் ஒரு நேர்மறையான மாற்றத்தைக் கொண்டுவருவதற்கு நீங்கள் செய்ய விரும்புகின்ற விஷயம் இதுதான். மற்றவர்களுக்கு ஏதோ ஒரு விதத்தில் சேவை செய்வதன் மூலமாகவே நாம் அனைவரும் பணம் ஈட்டுகிறோம் என்பதை நினைவில் கொள்ளுங்கள். உங்களுடைய லட்சியம் என்ன?
4. **உங்கள் குறிக்கோள்:** தினமும் காலையில் நீங்கள் கண்விழிப்பதற்கான காரணம் இதுதான். தற்போது நீங்கள் செய்து கொண்டிருக்கின்ற வேலையை நீங்கள் செய்து கொண்டிருப்பதற்கான காரணமும் இதுதான். உங்கள் வாழ்வின் குறிக்கோள் என்ன?

5. **உங்கள் இலக்குகள்:** எதிர்காலத்தில் நீங்கள் அடைய விரும்புகின்ற திட்டவட்டமான, எழுத்துபூர்வமான, அளவிடத்தக்க, காலக்கெடுக்கள் நிர்ணயிக்கப்பட்ட இலக்குகள் இவை. உங்கள் விழுமியங்கள், லட்சியம், குறிக்கோள் ஆகியவற்றின் அடிப்படையில் இவை அமைகின்றன. உங்களுடைய இலக்குகள் எவை?
6. **உங்கள் முன்னுரிமைகள்:** நீங்கள் தினமும் செய்கின்ற மிக முக்கியமான விஷயங்கள் இவை. முன்னுரிமைகளை நிர்ணயிப்பதற்கும், உங்கள் இலக்குகளை அடைவதற்கு உங்கள் நேரத்தைச் செம்மையாகப் பயன்படுத்துவதற்குமான உங்கள் திறன், உயர்ந்த செயற்திறனுடன் செயல்படுவதற்கு இன்றியமையாததாகும்.
7. **உங்கள் நடவடிக்கைகள்:** உங்களுடைய முக்கியமான முன்னுரிமைகளை அடைவதற்கு நீங்கள் மேற்கொள்ளுகின்ற நடவடிக்கைகள் இவை. உங்களுடைய முக்கியமான முன்னுரிமைகளை நிர்ணயிப்பதற்கும் உங்கள் இலக்குகளை அடைவதற்கும் நீங்கள் உடனடியாக எடுக்க வேண்டிய திட்டவட்டமான நடவடிக்கைகளைத் தீர்மானித்துக் கொள்ளுங்கள்.

## எழுத்துபூர்வமாகச் சிந்தியுங்கள்

வெற்றிகரமான மனிதர்கள் அனைவரும் திட்டமிடுவதில் சிறந்தவர்கள். அவர்கள் எல்லாவற்றையும் எப்போதும் விபரமாக எழுதிக் கொள்ளுகின்றனர். எழுத்துபூர்வமாகச் சிந்திப்பது வெற்றிக்கான ஒரு முக்கியமான கொள்கையாகும்.

உங்களுடைய இலக்குகளையும் உங்கள் துறையின் இலக்குகளையும் பற்றிச் சிந்தியுங்கள். பல்வேறு செயற்திட்டங்களின் பின்விளைவுகளைக் கருத்தில் கொள்ளுங்கள். உங்களுடைய தற்போதைய நடவடிக்கைகளால் காலப்போக்கில் ஏற்படக்கூடிய பின்விளைவுகளை முன்கூட்டியே எதிர்பார்ப்பதற்கான திறன் உயர்ந்த அறிவுக்கான ஓர் அடையாளச் சின்னமாகும்.

பின்வரும் கேள்விகளைத் தொடர்ந்து கேளுங்கள்:

என்ன நிகழக்கூடும்?
நான் என்ன செய்ய முயற்சித்துக் கொண்டிருக்கிறேன்?
அதை நான் எப்படிச் செய்ய முயற்சித்துக் கொண்டிருக்கிறேன்?
இதைவிடச் சிறப்பான ஒரு வழி இருக்கிறதா?

உத்திசார் திட்டமிடுதலில் ஈடுபடும்போது, நீங்கள் தவறான பாதையில் போய்க் கொண்டிருப்பதற்கான சாத்தியக்கூற்றுக்கும், உங்கள் இலக்குகளையோ அல்லது ஒரு குறிப்பிட்ட விளைவையோ அடைவதற்கு இதைவிடச் சிறந்த ஒரு வழி இருக்கும் என்பதற்கான சாத்தியக்கூற்றுக்கும் எப்போதும் திறந்த மனத்துடன் இருங்கள்.

நீங்கள் உங்கள் திட்டத்தை உருவாக்கியவுடன், உங்கள் முன்னுரிமைகளை நிர்ணயிக்க வேண்டும், உயர்ந்த பதிலீடுகளைப் பெற்றுக் கொடுக்கக்கூடிய வேலைகள்மீது கவனம் செலுத்த வேண்டும், பிறகு ஒரு குறிப்பிடத்தக்க வித்தியாசத்தை ஏற்படுத்தக்கூடிய தளங்களில் உங்களுடைய தனித்துவமான திறமைகளைப் பயன்படுத்துவதன்மீது கவனம் செலுத்த வேண்டும்.

## செய்முறைப் பயிற்சிகள்

1. எதிர்காலத்தில் ஏதோ ஒரு காலகட்டத்தில் உங்கள் தொழிலோ அல்லது வேலையோ கச்சிதமானதாக இருக்கின்ற பட்சத்தில், அது எப்படிக் காட்சியளிக்கும்? இன்றிலிருந்து அது எப்படி வேறுபட்டிருக்கும்?
2. உங்களுடைய கச்சிதமான எதிர்காலத்தை உருவாக்குவதற்கு நீங்கள் உடனடியாக மேற்கொள்ளக்கூடிய திட்டவட்டமான, அளவிடத்தக்க, காலக்கெடுவுடன்கூடிய நடவடிக்கைகளைத் தீர்மானித்துக் கொள்ளுங்கள்.

அத்தியாயம் பதினெட்டு

# விளைவுகளுக்குப் பொறுப்பேற்றுக் கொள்ளுங்கள்

உயர்ந்த செயற்திறன் கொண்டவர்கள் தங்களுடைய வேலைக்கு *100* சதவீதப் பொறுப்பேற்றுக் கொள்ளுகின்றனர். இது அவர்களிடம் இருக்கின்ற முக்கியமான பண்புநலன்களில் ஒன்று. சாக்குப்போக்குகளுக்கும் மற்றவர்களைக் குறைகூறுவதற்கும் இங்கு இடமில்லை.

ஒருபோதும் குறைகூறாதீர்கள், ஒருபோதும் விளக்கமளிக்காதீர்கள். விஷயங்கள் சிறப்பாகப் போய்க் கொண்டிருக்கவில்லை என்றால், சூழ்நிலைக்குப் பொறுப்பேற்றுக் கொண்டு, அதை மாற்றவோ அல்லது மேம்படுத்தவோ தேவையான நடவடிக்கைகளை மேற்கொள்ளுங்கள். தனிப்பட்ட முறையில் பொறுப்பேற்றுக் கொள்ளுவது ஒரு தலைவருக்கான அடையாளமாகும். ஒரு நபரின் தனிப்பட்ட வாழ்க்கையிலும் தொழில்வாழ்க்கையிலும் அது ஒரு திருப்புமுனையாகும். குழந்தைப்பருவத்திற்கும் பக்குவமடைதலுக்கும் இடையேயான வேறுபாடு அது.

## பொறுப்பேற்றுக் கொள்ளுதல் என்ற மனப்போக்கு

நியூயார்க் நகரில் நடத்தப்பட்ட ஓர் ஆய்வில், பல்வேறு தொழில்களில் ஈடுபட்டிருந்த மக்களில் மேல்மட்ட 3 சதவீதத்தினரிடம் ஒரு பொதுவான மனப்போக்கு இருந்தது கண்டுபிடிக்கப்பட்டது. அவர்கள் வேலை பார்த்த நிறுவனமோ அல்லது துறையோ எதுவாக இருந்தாலும், சுயதொழில் புரிபவர்களாகவே அவர்கள் தங்களைப் பார்த்தனர். தாங்கள் வேலை பார்த்த நிறுவனத்தை அவர்கள் தங்கள் சொந்த நிறுவனமாகக் கருதினர். அவர்கள் தங்களுடைய தொழில்வாழ்க்கைக்கு முழுப் பொறுப்பு ஏற்றுக் கொண்டனர்.

அவர்கள் தங்கள் நிறுவனத்தைப் பற்றிப் பேசியபோது, 'அவர்கள்' என்ற வார்த்தைக்கு பதிலாக 'நாங்கள்' என்ற வார்த்தையைப் பயன்படுத்தினர். அவர்கள் நீண்ட நேரம் வேலை பார்த்தனர், தங்கள் நிறுவனத்தின் விளைவுகளுக்கும், தங்கள் நிறுவனம் அனுபவித்த வெற்றிகள் மற்றும் தோல்விகளுக்கும் அதிகப் பொறுப்பேற்றுக் கொண்டனர்.

தங்களுடைய நிறுவனத்தின்மீது உண்மையிலேயே அக்கறை கொண்டு, தாங்கள் செய்யும் எல்லாவற்றிலும் தனிப்பட்டப் பொறுப்பை ஏற்றுக் கொள்ளுகின்ற ஒரு மனப்போக்கை வெளிப்படுத்துகின்ற ஊழியர்கள் ஒரு மேலாளருக்கும் ஒரு நிறுவன முதலாளிக்கும் பெரும் மகிழ்ச்சியூட்டுகின்றனர். ஒரு மேலாளரோ அல்லது ஓர் உயரதிகாரியோ இரண்டு நபர்களில் ஒருவருக்குப் பதவி உயர்வு கொடுக்க வேண்டியிருப்பதாக வைத்துக் கொள்ளுவோம். ஒரு நபர் தன்னுடைய வேலையை வெறுமனே ஒரு வேலையாக மட்டும் பார்ப்பவராக இருக்கிறார். இன்னொருவர் தன்னுடைய நிறுவனத்தைத் தன்னுடைய சொந்த நிறுவனம்போல நினைக்கிறார். இவர்களில் யாருக்குப் பதவி உயர்வு கொடுக்கப்படும் என்று நினைக்கிறீர்கள்? தன்னுடைய நிறுவனத்தின் விளைவுகளுக்கு முழுப் பொறுப்பு ஏற்றுக் கொள்ளுகின்ற அந்த இரண்டாவது நபரையே அந்த மேலாளரோ அல்லது உயரதிகாரியோ தேர்ந்தெடுப்பார்.

விஷயங்கள் தவறாகப் போகும்போதோ அல்லது நீங்கள் ஒரு தவறு செய்யும்போதோ, வெறுமனே அதை

ஒப்புக் கொண்டுவிடுங்கள். "தவறு என்னுடையது. என்னை மன்னித்துவிடுங்கள்," என்று கூறுங்கள். பிறகு, அந்த அனுபவத்திலிருந்து உங்களால் என்ன கற்றுக் கொள்ள முடியும் என்பதன்மீது கவனம் செலுத்துங்கள்.

மனிதர்கள் அனைவருமே தவறுகள் செய்கின்றனர். ஆனால், நீங்கள் செய்த தவறுகளுக்கும் அவற்றுக்கான தீர்வுகளைக் கண்டுபிடிப்பதற்கும் எப்போதும் பொறுப்பேற்றுக் கொள்ளுங்கள். "நம்முடைய அடுத்த நடவடிக்கை என்ன?" என்று எப்போதும் கேளுங்கள்.

## யாருமே கச்சிதமானவர் அல்ல

பொதுவாக, நீங்கள் ஒரு தவறு செய்யும்போது, உங்களைச் சுற்றி இருப்பவர்களுக்கு அது ஏற்கனவே தெரிந்திருக்கும். அத்தவறை ஒப்புக் கொள்ளுவதற்கான துணிச்சலும் பண்பும் உங்களுக்கு இருக்கும்போது, அவர்கள் உங்களை மெச்சுவதோடு அதிகமாக மதிக்கவும் செய்வர். ஒரு தவறுக்குப் பொறுப்பேற்றுக் கொள்ளுவது உங்களுடைய நம்பகத்தன்மையை அதிகரிக்கிறது, மற்றவர்களிடமிருந்து உங்களுக்குக் கிடைக்கும் மரியாதையையும் அதிகரிக்கிறது.

நேர்மறையான உணர்ச்சிகள்தான் வாழ்வில் வெற்றி பெறுவதற்கான இன்றியமையாத அம்சம் என்பது தெரிய வந்துள்ளது. நேர்மறை உணர்ச்சிகளுக்கான முக்கியத் தடையாக இருப்பது எதிர்மறை உணர்ச்சிகள். எதிர்மறை உணர்ச்சிகளை உங்களால் வேரறுக்க முடிந்தால், நேர்மறை உணர்ச்சிகள் மட்டுமே உங்களிடம் எஞ்சியிருக்கும். அவை உங்கள் வாழ்வைப் பெரிதும் மேம்படுத்தும்.

எதிர்மறை உணர்ச்சிகள் எப்போதும் குறை கூறுதலால் தூண்டப்படுகின்றன என்பது ஒரு மாபெரும் கண்டுபிடிப்பாகும். உங்களுடைய சூழ்நிலைக்குப் பொறுப்பேற்றுக் கொள்ளத் தவறுவதுதான் எதிர்மறை உணர்ச்சிகளைத் தூண்டுகிறது. எதுவொன்றுக்கும் நீங்கள் வேறொருவரைக் குறை கூறும்போது, நீங்கள் எதிர்மறையாகவும் மற்றவர்களைவிடத் தாழ்வானவராகவும் உணருகிறீர்கள். உங்கள் மகிழ்ச்சியும் மாயமாய் மறைந்துவிடுகிறது. நீங்கள் அவமானம் கொள்ளுவீர்கள்.

## பொறுப்பேற்றுக் கொள்ளுதலின் நன்மைகள்

நீங்கள் உங்கள் சூழ்நிலைக்குப் பொறுப்பேற்றுக் கொள்ளும்போது, நீங்கள் சக்திவாய்ந்தவராகவும் ஒரு குறிக்கோளுடன் செயல்படுபவராகவும் தன்னம்பிக்கை நிறைந்தவராகவும் உணருவீர்கள். ஏதேனும் தவறாகப் போகும்போது, "நான்தான் பொறுப்பு!" என்ற மாயாஜால வார்த்தைகளைக் கூறுங்கள். ஓர் எதிர்மறை எண்ணமோ அல்லது எதிர்மறை உணர்ச்சியோ உங்களுக்குள் எழும்போது, "நான்தான் பொறுப்பு!" என்று கூறுவதன் மூலம் அதை உடனடியாகக் களைந்துவிடுங்கள்.

நீங்கள் பொறுப்பேற்றுக் கொள்ளும் அதே நேரத்தில் உங்களால் எதிர்மறையாக இருக்க முடியாது. பொறுப்பு என்ற ஓர் உணர்ச்சி, குறை கூறுதல் என்ற இன்னோர் உணர்ச்சியை அகற்றிவிட்டு, உங்களை முற்றிலும் நேர்மறையான ஒருவராக ஆக்கிவிடுகிறது.

## *செய்முறைப் பயிற்சிகள்*

*1.* உங்கள் தனிப்பட்ட வாழ்க்கையிலோ அல்லது தொழில்வாழ்க்கையிலோ உங்களுக்குக் கோபமூட்டுகின்ற அல்லது வருத்தமூட்டுகின்ற ஒரு சூழ்நிலையைப் பற்றி நினைத்துக் கொள்ளுங்கள். பிறகு, "நான்தான் பொறுப்பு!" என்று கூறுவதன் மூலம் உடனடியாக அந்த எதிர்மறை உணர்ச்சியை ரத்து செய்யுங்கள். அந்த எதிர்மறைச் சூழல் உங்கள்மீது கொண்டுள்ள பிடி முற்றிலுமாகத் தளரும்வரை இந்த வார்த்தைகளை மீண்டும் மீண்டும் கூறிக் கொண்டே இருங்கள்.

*2.* எதுவொன்றுக்கும் யாரையும் குறை கூறாதீர்கள். ஒரு கடந்தகால நிகழ்வு குறித்தோ அல்லது ஒரு தவறு குறித்தோ யாரும் மோசமாக உணரும்படி செய்யாதீர்கள். மாறாக, "அடுத்த முறை நாம் அதை இந்த வழியில் செய்து பார்க்கலாம்!" என்று கூறிவிட்டு, ஆக வேண்டியதைப் பாருங்கள்.

அத்தியாயம் பத்தொன்பது

# பிறருடன் இணைந்து செயல்படும் பழக்கத்தை வளர்த்துக் கொள்ளுங்கள்

எந்தவொரு நிறுவனத்திலும், ஒரு குழுவுடன் இணைந்து பணியாற்றுவதற்கான திறன், ஒருவருடைய முன்னேற்றத்திற்கான மிக முக்கியமான பண்புநலன்களில் ஒன்றாக இருக்கிறது. உயர்ந்த அதிகாரம் கொண்ட பதவிகளுக்கு நீங்கள் உயர்த்தப்பட வேண்டும் என்று நீங்கள் விரும்பினால், இப்பண்புநலன் உங்களிடம் இருக்க வேண்டியது இன்றியமையாததாகும். பலதரப்பட்ட விஷயங்களை ஒழுங்கமைப்பதற்கும், மற்றவர்களுடன் இணைந்து பணியாற்றுவதற்கும், பல்வேறு திறமைகளைக் கொண்ட நபர்களை ஒரு குழுவாக ஒருங்கிணைப்பதற்குமான திறன் உயரதிகாரிகளுக்கு இருக்க வேண்டியது அவசியம்.

வேலையுலகில் கிட்டத்தட்ட எல்லாமே, பல்வேறு பொறுப்புகளையும் பாத்திரங்களையும் வகிக்கின்ற இரண்டு அல்லது அதற்கு மேற்பட்ட நபர்கள் ஒன்றாக இணைந்து பணியாற்றுவதன் மூலமாகவே சாதிக்கப்படுகிறது. இதன்

அடிப்படையில் பார்க்கும்போது, பிறருடன் இணைந்து ஒரு குழுவாகப் பணியாற்றுவதற்கான அல்லது பிறருடன் ஒத்துழைப்பதற்கான திறன் இல்லாமல் போவது பதவி உயர்வுக்குக் குறுக்கே நிற்கக்கூடிய மாபெரும் முட்டுக்கட்டைகளில் ஒன்றாக இருக்கிறது.

## ஐந்து முக்கிய அம்சங்கள்

உயர்ந்த செயற்திறன் கொண்ட குழுக்களை உருவாக்குவதில் ஐந்து முக்கிய அம்சங்கள் இருப்பது கண்டுபிடிக்கப்பட்டுள்ளது.

1. **பொதுவான இலக்குகள் மற்றும் நோக்கங்கள்:** குழுவின் இலக்குகளையும் நோக்கங்களையும் வகுத்து, குழு உறுப்பினர்கள் அனைவரும் அவற்றுக்கு உடன்படுவதற்குத் தேவையான நேரத்தைக் கொடுக்கின்ற குழுக்களே உயர்ந்த செயற்திறன் கொண்டவையாக இருக்கின்றன. இலக்குகளுக்கான தெளிவான மற்றும் துல்லியமான அளவீடுகளை அவர்கள் நிர்ணயம் செய்கின்றனர். அதேபோல, ஒவ்வொரு நபரும் எப்படி அளவிடப்படுவார் என்ற தெளிவான வரையறையும் அமைக்கப்படுகிறது.
2. **பொதுவான விழுமியங்கள்:** தாங்கள் ஒருவரோடு ஒருவர் கலந்துறவாடுவதற்கும் கருத்துக்களைப் பரிமாறிக் கொள்ளுவதற்கும் எந்த வகையான விழுமியங்களையும் கொள்கைகளையும் தாங்கள் பயன்படுத்துவோம் என்பது பற்றிக் குழு உறுப்பினர்கள் எல்லோரும் கலந்து பேசி ஓர் உடன்பாட்டிற்கு வருகின்றனர். நேரம் தவறாமை, பொறுப்புணர்வு, உரிய நேரத்தில் வேலைகளை நிறைவேற்றுதல் போன்றவை அந்த விழுமியங்களில் சில.
3. **பொதுவான செயற்திட்டங்கள்:** தங்கள் குழுவின் ஒட்டுமொத்த இலக்கை அடைவதற்குத் தாங்கள் ஒவ்வொருவரும் என்ன செய்யவிருக்கிறோம் என்பது குறித்தும், எப்போது அவற்றைச் செய்யவிருக்கிறோம் என்பது குறித்தும், அவை எப்படி அளவிடப்படும் என்பது குறித்தும் உறுப்பினர்கள் அனைவரும் கலந்து பேசி ஒரு முடிவுக்கு வருகின்றனர்.

4. **ஒரே தலைவர்:** ஒரு குழுவுக்கென்று எப்போதும் ஒரு தலைவர் இருப்பார். அவர்தான் அக்குழுவிற்கு முழுப் பொறுப்பு. குழுவின் ஒட்டுமொத்த நடவடிக்கைகளையும் அவர்தான் வழிநடத்துகிறார். குழு உறுப்பினர்கள் அனைவரும் தங்கள் வேலைகளைச் சரியாகவும் குறித்த நேரத்திலும் செய்து முடிப்பதற்குத் தேவையான வளவசதிகள் தன் குழுவினரிடம் இருப்பதை உறுதி செய்வதுதான் ஒரு குழுத் தலைவரின் வேலையாகும்.
5. **தொடர்ச்சியான பரிசீலனை மற்றும் மதிப்பீடு:** தங்களுடைய இலக்குகளையும் நோக்கங்களையும் அடைவதில் தாங்கள் எவ்வளவு சிறப்பாகச் செயல்பட்டுக் கொண்டிருக்கிறோம் என்பதைப் பற்றியும், தங்களுடைய வாடிக்கையாளர்கள் தங்கள் பொருட்கள் மற்றும் சேவைகள் குறித்து எவ்வளவு மனநிறைவு கொண்டுள்ளனர் என்பதைப் பற்றியும், ஒரு குழுவாகத் தாங்கள் அனைவரும் எவ்வளவு சிறப்பாக வேலை செய்து கொண்டிருக்கிறோம் என்பது பற்றியும் பேசுவதற்குக் குழுவினர் அனைவரும் ஒரு குறிப்பிட்டக் கால இடைவெளியில் ஒன்றுகூடுகின்றனர்.

இந்த ஐந்து கொள்கைகளையும் நீங்கள் கடைபிடிக்கும்போது, உயர்ந்த செயற்திறன் கொண்ட ஒரு குழுவை வேகமாக உங்களால் உருவாக்க முடியும். தொழில் உலகின் மாபெரும் சாதனைகள் பலவற்றுக்கு இக்கொள்கைகள் காரணமாக இருக்கின்றன.

## பங்களிப்பதற்கான வாய்ப்புகளைத் தேடுங்கள்

உங்களால் எவ்வளவு பெற்றுக் கொள்ள முடியும் என்று பார்ப்பதற்கு பதிலாக, உங்களால் எவ்வளவு கொடுக்க முடியும் என்று எப்போதும் பாருங்கள். பங்களிப்பு மற்றும் ஒத்துழைப்பின்மீது கவனம் செலுத்துங்கள். அடுத்தவருக்கு உதவுகின்ற ஒருவராக இருங்கள். உங்கள் குழுவிற்கு ஒரு மதிப்பான பங்களிப்பை வழங்குவதற்கும் மற்றவர்களுக்கு ஆதரவாக இருப்பதற்கும் உங்களை அர்ப்பணித்துக் கொள்ளுங்கள்.

வெற்றிகளுக்கு மற்றவர்களுடைய பங்களிப்புகளையும் அங்கீகரியுங்கள். நீங்கள் அவ்வாறு செய்யும்போது, நீங்கள்

அதிகமாகப் புகழ் பெறுவீர்கள். ஒரு தலைவர் என்பவர் எப்போதும் பிரச்சனைகளுக்குப் பொறுப்பேற்றுக் கொள்ளுவார், ஆனால் தன்னுடைய குழுவின் வெற்றிகளுக்கும் சாதனைகளுக்கும் தன் குழு உறுப்பினர்கள்தான் காரணம் என்று கூறுவார்.

நீங்கள் ஒரு நிறுவனத்தில் புதிதாக வேலைக்குச் சேர்ந்திருக்கும்போது, ஒரு குழுவில் சிறப்பான பங்களிப்புகளை வழங்கக்கூடிய ஓர் உறுப்பினராக இருப்பதற்கான திறன்தான் வெற்றி எனும் ஏணியின் முதல் படியாக இருக்கிறது. நீங்கள் மேன்மேலும் அதிகமாகப் பங்களிக்கும்போது, நீங்கள் வேகமாக ஒரு குழுத் தலைவராக ஆவீர்கள். பெரிய இலக்குகளை அடைய உங்களுக்கு உதவுவதற்கு ஏராளமான மக்கள் உங்கள் வசம் இருப்பர். ஒரு குழுத் தலைவராக நீங்கள் எவ்வளவு சிறப்பாகப் பணியாற்றுகிறீர்களோ, விளைவுகளுக்கு நீங்கள் அவ்வளவு அதிகப் பொறுப்பாளி ஆவீர்கள், நீங்கள் அவ்வளவு வேகமாகப் பதவி உயர்வுகளைப் பெறுவீர்கள்.

## செய்முறைப் பயிற்சிகள்

1. உங்கள் குழுவின் இலக்குகளையும் நோக்கங்களையும் துல்லியமாகத் தீர்மானித்துக் கொள்ளுங்கள். பிறகு, அவற்றை அடைவதற்கு உங்கள் குழு உறுப்பினர்கள் ஒவ்வொருவரின் பங்கு என்ன என்பதையும் தெளிவாக நிர்ணயம் செய்யுங்கள்.
2. உங்கள் குழுவின் விழுமியங்கள் எவை என்று நீங்கள் எல்லோருமாகக் கலந்து பேசி ஓர் உடன்பாட்டிற்கு வாருங்கள். நீங்கள் எவ்வாறு இணைந்து செயல்படுவீர்கள், எப்படிக் கருத்துக்களைப் பரிமாறிக் கொள்ளுவீர்கள், எப்படி உங்கள் பிரச்சனைகளைத் தீர்ப்பீர்கள் என்று தீர்மானித்துக் கொள்ளுங்கள்.

அத்தியாயம் இருபது

# உங்கள் படைப்புத்திறனை வளர்த்துக் கொள்ளுங்கள்

வெற்றிக்கான மிகப் பெரிய எதிரிகளில் ஒன்று சௌகரிய வட்டம். விஷயங்களை ஒரு குறிப்பிட்ட விதத்தில் செய்வதற்குப் பழகிவிட்டு, மாற்றங்கள் அனைத்தையும் எதிர்க்கின்ற ஏராளமான மக்கள் இருக்கின்றனர். அந்த மாற்றங்கள் நேர்மறையானவையா அல்லது எதிர்மறையானவையா என்பதைப் பற்றி அவர்கள் கவலைப்படுவதில்லை.

மாக்கியாவெல்லி ஒருமுறை இப்படிக் கூறினார்: "வெற்றிக்கான எந்த உத்தரவாதமும் இல்லாத ஒரு புதிய ஒழுங்குமுறையை அறிமுகப்படுத்துவதைவிட அதிகக் கடினமான விஷயம் எதுவுமில்லை. ஏனெனில், யார் அந்த ஒழுங்குமுறையால் பயன் பெறுவார்களோ அவர்கள் மட்டுமே அதை ஆதரிப்பர். யாருடைய பதவிகளுக்கு அதனால் ஆபத்து ஏற்படுமோ அவர்கள் அனைவரும் அதைக் கடுமையாக எதிர்ப்பார்கள்."

## புதுமைப் புனைவு இன்றியமையாதது

நீங்கள் இப்போது செய்து கொண்டிருப்பதையே தொடர்ந்து செய்து வந்தால், இப்போது பெற்றுக் கொண்டிருப்பவற்றையே தொடர்ந்து பெறுவீர்கள். நீங்கள் உங்களுடைய சௌகரிய வட்டத்தைவிட்டு வெளியேறி, புதிய அல்லது வித்தியாசமான விஷயங்களைச் செய்ய முயற்சித்து, பெரும்பாலான முயற்சிகள் தோல்வியில் முடியக்கூடும் என்ற உண்மையை ஏற்றுக் கொண்டு, துணிந்து சாகச முயற்சிகளில் ஈடுபடுவதிலிருந்துதான் அனைத்து வெற்றிகளும் வருகின்றன.

உங்களுக்கு எவ்வளவு யோசனைகள் முளைக்கின்றன என்பதற்கும் உங்கள் வெற்றி எவ்வளவு தரமானதாக இருக்கும் என்பதற்கும் இடையே ஒரு நேரடித் தொடர்பு இருக்கிறது. இன்று ஒவ்வொரு வியாபாரமும் புதிய யோசனைகள், புதிய பொருட்கள், புதிய சேவைகள், புதிய செயல்முறைகள், விஷயங்களைச் செய்வதற்கான புதிய அணுகுமுறைகள் ஆகியவற்றின் அடிப்படையிலேயே தோன்றுகிறது அல்லது வீழ்ச்சியடைகிறது.

## அதிகச் சிறப்பானது, அதிக மலிவானது, அதிக வேகமானது

உங்கள் இலக்குகளை அடைவதற்கான அதிகச் சிறப்பான, அதிக மலிவான, மற்றும் அதிக வேகமான வழிகளைத் தேடுங்கள். எல்லா வியாபாரங்களுமே லாபம் ஒன்றையே நோக்கமாகக் கொண்டுள்ளன. விற்பனையை அதிகரிப்பதும் செலவுகளைக் குறைப்பதும்தான் லாபம் சம்பாதிப்பதற்கான ஒரே வழி. இவ்விரண்டையும் ஒரே நேரத்தில் செய்வது சிறப்பாகப் பலனளிக்கும்.

உங்கள் வருவாயை அதிகரிக்கவோ அல்லது செலவுகளைக் குறைக்கவோ உங்களுக்குத் தோன்றுகின்ற ஒவ்வொரு யோசனையும், நீங்கள் வேகமாக முன்னேறுவதற்கு உங்களுக்கு உதவக்கூடிய மக்களின் கவனத்தை உங்கள் பக்கமாக ஈர்க்கும்.

உங்களுக்கு ஒரு நல்ல யோசனை தோன்றியவுடன், நீங்கள் பல விஷயங்களைச் செய்ய வேண்டியிருக்கும். முதலில், அதை நீங்கள்

ஆய்வு செய்ய வேண்டும். அது குறித்த உண்மைத் தகவல்களைப் பெற வேண்டும். உங்கள் யோசனை ஒரு நல்ல யோசனைதான் என்று நீங்கள் உறுதியாக நம்பினால், அதை ஒரு தாளில் எழுதிக் கொள்ளுங்கள். பிறகு, ஒரு விரிவான திட்டவரைவை உருவாக்கிக் கொண்டு, அதைச் செயல்படுவதற்குத் எந்த அதிகாரியின் ஒப்புதல் தேவையோ அவரிடம் அதைக் கொடுத்துப் பரிசீலிக்கச் சொல்லுங்கள்.

## ஓர் எதிர்மறையான எதிர்வினையை எதிர்பாருங்கள்

ஒரு புதிய யோசனையைப் பெரும்பாலான மக்கள் நிராகரித்துவிடுவர். இது நேர்மறையானதும் அல்ல, எதிர்மறையானதும் அல்ல. புதிய மற்றும் சிறப்பான யோசனைகள் தங்களுக்குத் தேவை என்றாலும் மக்கள் அப்படித்தான் நடந்து கொள்ளுவர்.

எனவே, நீங்கள் உங்கள் யோசனையை வெறுமனே தெரிவித்துவிட்டு, மற்றவர்களுடைய அபிப்பிராயங்களைக் கேளுங்கள். "நம்முடைய விற்பனையை அதிகரிப்பதற்கும் செலவுகளைக் குறைப்பதற்கும் எனக்கு ஒரு யோசனை தோன்றியுள்ளது. இதை நான் தீர ஆய்வு செய்து பார்த்தபோது, இது பலனளிக்கும்போலத் தோன்றுகிறது. இது பற்றி நீங்கள் என்ன நினைக்கிறீர்கள்?" என்று கேளுங்கள்.

இக்கணத்தில் உங்கள் யோசனையை மற்றவர்களை ஒப்புக் கொள்ள வைக்கவோ அல்லது அதற்கான புகழைப் பெறவோ முயற்சிக்காதீர்கள். மீண்டும் மற்றவர்களுடைய அபிப்பிராயங்களைக் கேளுங்கள். "நீங்கள் என்ன நினைக்கிறீர்கள்?" என்ற மாயாஜாலமான கேள்வியைக் கேளுங்கள்.

## பொறுமையாக இருங்கள்

நீங்கள் ஒரு புதிய யோசனையை முன்மொழியும்போது, உடனடியாக அது குறித்துத் தீர்மானிக்கும்படி உங்கள் மேலதிகாரியை வற்புறுத்தாதீர்கள். மாறாக, சில நாட்கள் அதைப் பற்றிச் சிந்திப்பதற்கு அவரை ஊக்குவியுங்கள்.

பல ஆண்டுகளுக்கு முன்பு, என்னுடைய வழிகாட்டி ஒருவர் எனக்கு ஒரு பரிசளித்தார். பத்தாயிரத்திற்கும் அதிகமான ஊழியர்களைக் கொண்ட ஒரு பெருநிறுவனத்தின் தலைவர் அவர். அவர் எனக்குக் கொடுத்தப் பரிசு ஒரு துண்டுப் பிரசுரமாகும். 'மனச் செரிமானத்திற்கு நேரம் ஒதுக்கிக் கொள்ளவும்' என்று அதில் தலைப்பிடப்பட்டு இருந்தது.

அதில் கூறப்பட்டிருந்த விஷயம் தன்னுடைய ஒட்டுமொத்தத் தொழில்வாழ்க்கையைச் செதுக்கி வடிவமைத்து வழிநடத்தி வந்திருந்ததாகவும், பெரிய நிறுவனங்களை விலைக்கு வாங்கி அவற்றுக்குப் பொறுப்பேற்று நடத்துவதில் தனக்குக் கிடைத்த வெற்றிகளுக்குக் காரணமாக இருந்ததாகவும் அவர் என்னிடம் கூறினார். அந்தப் பிரசுரத்தில் கூறப்பட்டிருந்த விஷயம் மிகவும் எளிமையானது. அது இவ்வாறு அமைந்திருந்தது: மனித மனம் புதிய யோசனைகளை நிராகரிப்பது இயல்பானதுதான். எனவே, நீங்கள் ஒரு புதிய அல்லது வித்தியாசமான யோசனையை முன்மொழியும்போது, அது பற்றிச் சிந்திப்பதற்கு அடுத்தவருக்குக் குறைந்தபட்சம் எழுபத்திரண்டு மணிநேரத்தையாவது கொடுங்கள். அவர்கள் அந்த யோசனையைத் தங்கள் மனத்தில் செரிமானம் செய்யட்டும், அதைத் தாங்களாகவே மதிப்பீடு செய்யட்டும். அதுவரை பொறுமையாகக் காத்திருங்கள்.

## ஒரு சிறிய அளவில் முயற்சித்துப் பார்க்கும்படி பரிந்துரையுங்கள்

ஒரு புதிய யோசனையை அறிமுகப்படுத்துவதற்கான இன்னொரு வழி, சிறிய அளவில் அந்த யோசனையைச் செயல்படுத்திப் பார்க்கப் பரிந்துரைப்பதாகும், குறிப்பாக அந்த யோசனை குறித்து ஏகப்பட்ட சந்தேகமும் எதிர்ப்பும் இருக்கும்போது.

ஒரு சோதனை முயற்சியை மேற்கொள்ள உங்களுக்கு எப்போதும் அனுமதி கிடைக்கும். அதில் கிடைக்கும் விளைவுகளைக் கொண்டு, அதை ஒரு பெரிய அளவில் செயல்படுத்துவதற்கு ஒரு கோரிக்கையை உங்களால் முன்வைக்க முடியும்.

## பெரும்பாலான யோசனைகள் வேலை செய்வதில்லை

வெற்றிக்கான மூன்று முக்கிய அம்சங்கள் 'சோதனை, சோதனை, மற்றும் சோதனை' என்று விளம்பர உலகில் கூறப்படுகிறது.

புதிய யோசனைகளின் விஷயத்திலும் இதுதான் உண்மை. பெரும்பாலான புதிய யோசனைகள் முதன்முறை வேலை செய்வதில்லை. அவை முதல் ஒருசில முறையும் வேலை செய்வதில்லை. ஆனால் நீங்கள் தொடர்ந்து அதைப் பரிசோதனை செய்து, மக்களுடைய பின்னூட்டக்கருத்துக்களைப் பெற்று, அப்பரிசோதனையிலிருந்து பாடங்களைக் கற்றுக் கொண்டு, மீண்டும் அதைப் பரிசோதிக்கும்போது, உங்கள் நிறுவனத்திற்கு உண்மையிலேயே உதவக்கூடிய, உங்கள் தொழில்வாழ்க்கையை முன்னேற்றக்கூடிய ஒரு சிறப்பான யோசனையை நீங்கள் கண்டுபிடிப்பீர்கள்.

## தொடர்ந்து புதிய யோசனைகளைச் சிந்தியுங்கள்

உங்கள் மேலதிகாரி எப்படி எதிர்வினையாற்றினாலும் அல்லது செயல்விடை அளித்தாலும் சரி, புதிய யோசனைகளைத் தொடர்ந்து சிந்தித்துக் கொண்டே இருங்கள். உங்கள் யோசனைகள் நிராகரிக்கப்பட்டாலும், நீங்கள் சிந்தித்து உருவாக்குகின்ற நல்ல யோசனைகளின் எண்ணிக்கைக்கும் நீங்கள் எந்த வேகத்தில் உங்கள் தொழில்வாழ்க்கையில் முன்னேறுகிறீர்கள் என்பதற்கும் ஒரு நேரடித் தொடர்பு இருக்கிறது என்பதை நினைவில் கொள்ளுங்கள். வெற்றிக்கு யோசனைகள் ஒருவிதமான தூண்டுதலாகச் செயல்படுகின்றன. உங்களிடம் எவ்வளவு அதிக யோசனைகள் இருக்கின்றனவோ, நீங்கள் அவ்வளவு அதிக வேகமாக முன்னேறுவீர்கள் – உங்களுடைய யோசனைகள் துவக்கத்தில் வெற்றி பெறாவிட்டாலும்கூட!

## செய்முறைப் பயிற்சிகள்

1. உங்கள் நிறுவனத்தின் விற்பனையையும் லாபத்தையும் அதிகரிப்பதில் உள்ள மிகப் பெரிய பிரச்சனையை அல்லது முட்டுக்கட்டையைக் கண்டுபிடியுங்கள். பிறகு, இப்பிரச்சனையைத் தீர்த்து உங்கள் விற்பனையையும் லாபத்தையும் அதிகரிப்பதற்குப் பத்திலிருந்து இருபது வழிகளை ஒரு பட்டியலிடுங்கள்.
2. உங்களுக்கு ஒரு நல்ல யோசனை தோன்றும்போது, அதை உங்களுக்குள் வைத்துக் கொள்ளுங்கள். மற்றவர்களிடம் கூறுவதற்கு பதிலாக, முதலில் நீங்கள் அதை முழுமையாக ஆய்வு செய்யுங்கள், அது குறித்தத் தகவல்களைத் திரட்டுங்கள். உங்கள் தனிப்பட்ட ஆராய்ச்சி மற்றும் பரிசோதனையின் அடிப்படையில் அந்த யோசனையை உங்கள் மேலதிகாரியிடம் முன்வையுங்கள்.

அத்தியாயம் இருபத்தொன்று

# அதிர்ஷ்டம் உங்கள் பக்கம் இருக்கும்படி பார்த்துக் கொள்ளுங்கள்

பல ஆண்டுகளுக்கு முன்பு நான் வணிக மேலாண்மை படிக்கச் சென்றபோது, கணிதத்தில் சாத்தியக்கூறுக் கோட்பாட்டை நான் கற்றுக் கொள்ள வேண்டியிருந்தது. நான் உயர்நிலைப் பள்ளிப் படிப்பில் தோல்வியைத் தழுவியவன். கல்லூரி நுழைவுத் தேர்வில் நான் நல்ல மதிப்பெண்களைப் பெற்றதால்தான் வணிக மேலாண்மை படிப்பதற்கு நான் தேர்ந்தெடுக்கப்பட்டிருந்தேன். பள்ளியில் கணிதம்தான் என்னுடைய மிக மோசமான பாடமாக இருந்தது. இந்தச் சிக்கலான கோட்பாடு இன்னும் அதிகச் சிக்கலான பிற கோட்பாடுகளின் அடிப்படையில் அமைந்திருந்தது.

நான் இரண்டு முறை அதில் தோல்வியைத் தழுவி, இறுதியில் ஒருவழியாக அதில் நான் தேறினேன். ஆனால் அது எனக்கு ஒரு மதிப்புவாய்ந்த பயிற்சியாக இருந்தது. அது என் வாழ்க்கையை மாற்றியது.

## விலை மதிப்பிடப்பட முடியாத படிப்பினை

எதுவும் நடப்பதற்கான சாத்தியக்கூறு இருக்கிறது என்று சாத்தியக்கூறுக் கோட்பாடு கூறுகிறது. கடந்த முந்நூறு ஆண்டுகளாக உருவாக்கப்பட்டு வந்துள்ள பல சூத்திரங்களைக் கொண்டு சாத்தியக்கூறுகளைத் துல்லியமாகக் கணக்கிட முடியும். நம்முடைய ஒட்டுமொத்த உலகம் இந்தச் சாத்தியக்கூறுக் கோட்பாட்டின் அடிப்படையில் அமைந்திருப்பதையும் நான் தெரிந்து கொண்டேன். பங்குச் சந்தை அறிக்கைகள், பங்குகள், காப்பீட்டு அட்டவணைகள், அறிவியல், கணிதம், பொருளாதாரத்தில் புதிய கண்டுபிடிப்புகளை நிகழ்த்தியதற்காகக் கொடுக்கப்பட்டுள்ள நோபல் பரிசுகள் ஆகிய அனைத்துமே சாத்தியக்கூறுக் கோட்பாட்டின் அடிப்படையிலேயே அமைந்துள்ளன.

## வெற்றிக்கான சாத்தியக்கூறுகள்

நீங்கள் உங்கள் தொழில்வாழ்க்கையில் முன்னேறுவதற்கான ஒரு சாத்தியக்கூறு இருக்கிறது. காலப்போக்கில் நீங்கள் ஒரு கோடீஸ்வரராக ஆவதற்கான ஒரு சாத்தியக்கூறு இருக்கிறது. இது பெருமளவு உங்கள் கட்டுப்பாட்டில்தான் இருக்கிறது.

### சாத்தியக்கூறுகளை அதிகரியுங்கள்

நீங்கள் உங்களுடைய முழு ஆற்றலைப் பயன்படுத்தி, உங்களால் அடைய முடிகின்ற அனைத்தையும் அடைவதற்கான சாத்தியக்கூறுகளை அதிகரித்துக் கொள்ள ஏழு வழிகள் இருக்கின்றன.

1. **உங்கள் துறையில் உச்சநிலையை அடையப் போவதாக ஒரு தீர்மானம் மேற்கொள்ளுங்கள்.** பெரும்பாலான மக்கள் இதைச் செய்வதில்லை. அவர்கள் மாபெரும் வெற்றிக்காக ஏங்குகின்றனர். தங்களைவிட அதிக வெற்றிகரமாக உள்ள மக்களைப் பார்த்து அவர்கள் பிரமிக்கின்றனர். அதிக வருவாய்க்காகவும் அதிகப் பொறுப்புகளுக்காகவும்

அவர்கள் ஆவலோடு காத்திருக்கின்றனர். ஆனால் தாங்கள் தங்கள் துறையில் உச்சத்தை அடையப் போவதாக அவர்கள் ஒருபோதும் தீர்மானிப்பதில்லை. உங்கள் தரத்தை ஒருபோதும் தாழ்த்திக் கொள்ளாதீர்கள். ஓர் உறுதியான தீர்மானம் மேற்கொண்டு, அதைச் செயல்படுத்துவதற்கான நடவடிக்கைகளைத் தொடர்ந்து நீங்கள் மேற்கொள்ளும்போது, உங்களால் சாதிக்க முடியாதது எதுவுமில்லை.

2. **உங்கள் தொழில்வாழ்க்கை தொடர்பான தெளிவான, திட்டவட்டமான, எழுத்துபூர்வமான இலக்குகளை நிர்ணயம் செய்யுங்கள்.** உங்களுடைய இலக்குகளை உள்ளடக்கிய ஒரு சரிபார்ப்புப் பட்டியலைத் தயாரித்துக் கொள்ளுங்கள். தினமும் அந்த இலக்குகள் குறித்து நடவடிக்கை எடுங்கள்.

3. **பங்களிப்பின்மீது கவனம் செலுத்துங்கள்.** உங்கள் நிறுவனத்திற்கு மதிப்புக் கூட்டுவதன்மீதும் அதன் வருவாயை அதிகரிப்பதன்மீதும் கவனம் செலுத்துங்கள். அலுவலக அரசியலைப் பற்றி மறந்துவிடுங்கள். மாறாக, நீங்கள் பெற்றுக் கொடுக்கும் விளைவுகள் உங்களுக்காகப் பேசட்டும்.

4. **உங்கள் தொழில்வாழ்க்கைக்கு 100 சதவீதம் பொறுப்பேற்றுக் கொள்ளுங்கள்.** நீங்களாகவே முன்வந்து செயல்படுங்கள். அதிகப் பொறுப்பு வேண்டும் என்று கேளுங்கள். உங்களிடம் கொடுக்கப்படும் வேலையை விரைவாகச் செய்து முடியுங்கள், உங்கள் நிறுவனத்தின் நம்பிக்கைக்குப் பாத்திரமானவராக இருங்கள்.

5. **நீங்கள் பிரகாசமாக மின்னக்கூடிய கணங்களை எதிர்பார்த்திருங்கள்.** பங்களிப்பதற்கும் அதிக வேலைகளைச் செய்வதற்கும் உங்களுக்கு ஒரு வாய்ப்புக் கிடைக்கும்போது, உங்கள் திறனை வெளிப்படுத்துவதற்கும், உங்களுக்கு ஏன் அதிகச் சம்பளமும் பதவி உயர்வும் கொடுக்கப்பட வேண்டும் என்பதை நிரூபிப்பதற்குமான ஒரு வாய்ப்பாக அதைப் பாருங்கள்.

6. **உங்கள் வெற்றிக்கு முட்டுக்கட்டையாக இருக்கின்ற விஷயத்தைக் கண்டுபிடியுங்கள்.** உங்களிடம் இல்லாத ஒரு முக்கியமான திறமைதான் உங்கள் வெற்றியை மட்டுப்படுத்துகிறது. உங்களிடம் உள்ள திறமைகள் உங்களை இன்று இந்த நிலைவரை கூட்டி வந்துள்ளன. ஆனால், உங்களிடம் இல்லாத திறமை அல்லது பலவீனமாக இருக்கின்ற திறமைதான் உங்கள் முன்னேற்றத்திற்குத் தடையாக இருக்கிறது. அதுதான் வேறு எதுவொன்றைவிடவும் உங்களை அதிகமாக இழுத்துப் பிடிக்கிறது. எந்தத் திறமை உங்களை மட்டுப்படுத்திக் கொண்டிருக்கிறதோ, அதை விரைவில் கற்றுக் கொண்டு அதில் சிறப்புறப் போவதாக இக்கணமே ஒரு தீர்மானம் மேற்கொள்ளுங்கள்.
7. **நீங்கள் உங்கள் முயற்சியை ஒருபோதும் கைவிட மாட்டீர்கள் என்று முன்கூட்டியே உறுதி பூணுங்கள்.** உங்களால் எவ்வளவு பெரிய வெற்றியாளராக ஆக முடியுமோ, அப்படி ஆகும்வரை இரவுபகல் பாராமல் தொடர்ந்து முயற்சி செய்யுங்கள்.

## சாத்தியக்கூறு விதியை உங்களுக்குச் சாதகமாகப் பயன்படுத்திக் கொள்ளுங்கள்

சாத்தியக்கூறு விதி வெறுமனே ஒரு கோட்பாடோ, கொள்கையோ, அல்லது யோசனையோ அல்ல. அது ஒரு விதி. அது எல்லோருக்கும் எல்லா நேரத்திலும் பலனளிக்கிறது. நீங்கள் எவ்வளவு அதிகமாக முயற்சிக்கிறீர்களோ, நீங்கள் அவ்வளவு அதிகமாக வெற்றி பெறுவீர்கள் என்பது விதி. நீங்கள் எவ்வளவு அதிகமான விஷயங்களைச் செய்கிறீர்களோ, எவ்வளவு அதிகக் கடினமாக உழைக்கிறீர்களோ, உங்கள் தொழில்வாழ்க்கையைத் துரிதப்படுத்தக்கூடிய சரியான கதவுகளைத் திறந்துவிடக்கூடிய சரியான விஷயங்களைச் சரியான நேரத்தில் நீங்கள் செய்வதற்கான சாத்தியக்கூறு அவ்வளவு அதிகரிக்கிறது. இது வெறும் அதிர்ஷ்டத்தால் ஏற்படுவதில்லை, மாறாக, ஒரு விதியால் ஏற்படுகிறது.

## செய்முறைப் பயிற்சிகள்

1. உங்கள் தொழில்வாழ்க்கைக்கான தெளிவான மற்றும் திட்டவட்டமான இலக்குகளை ஒரு தாளில் எழுதிக் கொள்ளுங்கள். அடுத்த ஒரு மாதத்தில், ஆறு மாதங்களில், ஓராண்டில், இரண்டு ஆண்டுகளில், மற்றும் ஐந்து ஆண்டுகளில் நீங்கள் துல்லியமாக எங்கே இருக்க விரும்புகிறீர்கள் என்பதைத் தீர்மானித்துக் கொள்ளுங்கள். உங்கள் தொழில்வாழ்க்கையை அதிர்ஷ்டத்தின் பொறுப்பில் விட்டுவிடாதீர்கள்.

2. எந்தத் திறமை உங்களிடம் இல்லாதது உங்கள் முன்னேற்றத்தைத் தடுத்து உங்களை இழுத்துப் பிடித்துக் கொண்டிருக்கிறது என்பதைக் கண்டுபிடியுங்கள். அதை உங்களால் கண்டுபிடிக்க முடியாவிட்டால், அது பற்றி உங்கள் மேலதிகாரியிடமும் சக ஊழியர்களிடமும் கேளுங்கள். அது என்ன என்று தெளிவாகத் தெரிந்து கொண்டு, அத்திறமையை உங்களிடம் வளர்த்துக் கொள்ளப் போவதாகத் தீர்மானித்துக் கொள்ளுங்கள். எல்லாத் திறமைகளுமே கற்றுக் கொள்ளப்படக்கூடியவைதான் என்பதை நினைவில் வைத்திடுங்கள். நீங்கள் உங்களுக்கென்று நிர்ணயிக்கும் எந்தவோர் இலக்கையும் அடைய நீங்கள் கற்றுக் கொள்ள வேண்டிய எந்தவொரு திறமையையும் உங்களால் கற்றுக் கொள்ள முடியும்.

# வெற்றிக்கான மூன்று முக்கிய அம்சங்கள்

வெற்றி என்பது ஒரு தற்செயலான நிகழ்வு அல்ல. அது முற்றிலும் கணிக்கத்தக்க ஒன்று. வெற்றிகரமான மக்கள் செய்துள்ளவற்றை நீங்கள் செய்தால், காரணமும் அதன் விளைவும் விதிப்படி, அவர்களுக்குக் கிடைத்த அதே விளைவுகள் உங்களுக்கும் கிடைக்கும். நீங்கள் அவற்றைச் செய்யாவிட்டால், அந்த விளைவுகள் உங்களுக்குக் கிடைக்காது.

வெற்றிக்கான மூன்று முக்கிய அம்சங்கள் உள்ளன. அவை காலங்காலமாகக் கற்றுக் கொள்ளப்பட்டும் மீண்டும் மீண்டும் கண்டறியப்பட்டும் வந்துள்ளன. தொடர்ச்சியான பயிற்சியின் மூலம் அவற்றை உங்களால் கற்றுக் கொள்ள முடியும்.

## சுயஒழுங்கின் சக்தி

நாம் இதுவரை பார்த்து வந்துள்ள அனைத்திற்குமான அடித்தளம் சுயஒழுங்குதான். வெற்றிக்கான விலையை முன்கூட்டியே கொடுக்கத் தயாராக இருங்கள்.

நீங்கள் இந்த வெற்றிக் கொள்கைகளைப் படித்து வந்துள்ள நிலையில், உங்களை இழுத்துப் பிடித்துக் கொண்டிருக்கக்கூடிய ஒரு தனிப்பட்ட பலவீனத்தை நீங்கள் கண்டுகொண்டிருக்கக்கூடும். ஆனால் யாருமே உங்களுடைய இந்த பலவீனத்தை உங்களிடம் சுட்டிக்காட்ட மாட்டார்கள் என்பது ஒரு கொடுமையான விஷயம். நீங்கள் ஆண்டுக்கணக்கில் அதனோடு போராடும்படி அவர்கள் விட்டுவிடுவார்கள்.

சில சமயங்களில், நீங்கள் கவனமாகவும் ஒழுங்கோடும் சிறப்பாகச் செயல்பட்டுக் கொண்டிருந்தாலும், நீங்கள் சற்று மெதுவாகச் செயல்பட்டுக் கொண்டிருந்தால், உங்களுடைய நிதானமான போக்கால் உங்களுக்குப் பதவி உயர்வுகளும் வெகுமதிகளும் கிடைக்காமல் போவதையும், அவை வேறு நபர்களைச் சென்றடைவதையும் நீங்கள் காணக்கூடும். உங்கள் வேலையின் தரத்தைக் குறைக்காமல் வெறுமனே உங்கள் செயல்வேகத்தை நீங்கள் சற்றுக் கூட்டினால் உங்கள் வெகுமதிகள் அதிகரிக்கும் என்பதை நீங்கள் காண்பீர்கள். ஒழுங்கு இன்றியமையாதது.

## வெற்றிக்கான நிரூபிக்கப்பட்ட வழிமுறைகள்

வெற்றிக்கான நிரூபிக்கப்பட்ட வழிமுறைகளைப் பயன்படுத்துங்கள். இப்புத்தகத்தில் கொடுக்கப்பட்டுள்ள யோசனைகளைப் பயன்படுத்துங்கள். இலக்கு நிர்ணயம், நேர நிர்வாகம், படைப்பாற்றல்மிக்கச் சிந்தனை, தீர்மானம் மேற்கொள்ளுதல், கருத்துப் பரிமாற்றங்கள், மேடைப்பேச்சு ஆகியவற்றில் நீங்கள் பலவீனமாக இருப்பதாக நீங்கள் நினைத்தால், நிபுணர்களிடமிருந்து கற்றுக் கொள்ளுங்கள், பயிற்சி வகுப்புகளில் கலந்து கொண்டு பயிலுங்கள், புத்தகங்களைப் படியுங்கள். வெற்றிகரமாக இருப்பதற்கு உங்களுக்குத் தெரிந்திருக்க வேண்டிய அனைத்தையும் உங்களால் கற்றுக் கொள்ள முடியும்.

## கேட்டுப் பெறுங்கள்

கேட்பது வெற்றிக்கான மூன்றாவது அம்சமாகும். சரியான விதத்தில் போதுமான மக்களிடம் நீங்கள் கேட்டால்,

நீங்கள் என்ன கற்க வேண்டும் என்பதையும், அதை எங்கே கண்டுபிடிப்பது என்பதையும், வெற்றிகரமாக இருப்பதற்கு அதை நீங்கள் எப்படிப் பயன்படுத்த வேண்டும் என்பதையும் அவர்கள் உங்களிடம் கூறுவர்.

உங்கள் மேலதிகாரியிடம் இருந்து தொடங்குங்கள். உங்களிடம் என்ன பலவீனங்களை அவர் பார்க்கிறார் என்று அவரிடம் கேளுங்கள். உங்களுக்கு உதவக்கூடிய பயிற்சி வகுப்புகளையும் புத்தகங்களையும் தேடுங்கள். உங்கள் வெற்றிக்கான ஒரு நூலகத்தை உங்கள் வீட்டில் உருவாக்கிக் கொள்ளுங்கள். ஆடியோ பயிற்சிகளைச் செவிமடுங்கள். நேரம் ஓடிக் கொண்டிருக்கிறது. போட்டி நடந்து கொண்டிருக்கிறது. வாழ்க்கை என்பது ஓர் ஒத்திகை அல்ல.

இறுதியாக, நீங்கள் வெற்றி பெறும்வரை தொடர்ந்து முயற்சிக்கப் போவதாக உறுதியாகத் தீர்மானித்துக் கொள்ளுங்கள். நீங்கள் அவ்வாறு செய்தால், எதுவொன்றாலும் உங்களைத் தடுத்து நிறுத்த முடியாது.

## நீங்கள்தான் உங்கள் சொந்தத் தலைவிதியை நிர்ணயிக்கிறீர்கள்

உங்களை மேம்படுத்திக் கொள்ளவும், உங்களுடைய இலக்குகளையும் தனிப்பட்ட வெற்றியையும் நோக்கி தினமும் நடவடிக்கைகள் எடுக்கவும் நீங்கள் தயாராக இருந்தால், உங்கள் முயற்சிகள் அனைத்தும் ஒன்றுசேர்ந்து ஓர் அற்புதமான வாழ்க்கையை உங்களுக்கு உருவாக்கிக் கொடுக்கும்.

யாருமே ஒரே இரவில் வெற்றி பெற்றுவிடுவதில்லை. ஆயிரக்கணக்கான சிறு முயற்சிகள் மற்றும் சாதனைகளின் விளைவாக உருவாவதே வெற்றி. இந்த யோசனைகள் அனைத்தும் உங்களுடைய பழக்கங்களாகவும் உங்கள் வாழ்க்கைமுறையாகவும் ஆகும்வரை தினமும் அவற்றைப் பயிற்சி செய்யப் போவதாக ஒரு தீர்மானம் மேற்கொள்ளுங்கள். நீங்கள் அவ்வாறு செய்யும்போது, உங்கள் சாதனைகளுக்கு வானமே எல்லை!

# நாகலட்சுமி சண்முகம்

நாகலட்சுமி ஒரு மிகச் சிறந்த ஊக்குவிப்புப் பேச்சாளர். அமெரிக்காவின் தலைசிறந்த பேச்சாளர்களில் ஒருவரும், 'சிக்கன் சூப் ஃபார் த சோல்' புத்தக வரிசையை உருவாக்கியவருமான ஜாக் கேன்ஃபீல்டின் 'வெற்றிக் கொள்கைகள்' பயிலரங்கை நடத்துவதற்கு அவரிடம் நேரடியாகப் பயிற்சி பெற்றவர் இவர்.

இவர் ஒரு சிறந்த மொழிபெயர்ப்பாளரும்கூட. கடந்த ஏழு ஆண்டுகளில் எழுபதுக்கும் மேற்பட்ட நூல்கள் இவருடைய மொழிபெயர்ப்பில் வெளிவந்துள்ளன. இவருடைய மொழிபெயர்ப்புக்குக் கிடைத்துள்ள அங்கீகாரங்களில் 2014ல் திருப்பூர் தமிழ்ச் சங்கம் அளித்த 'தமிழ் மொழிபெயர்ப்புத் துறைக்கான சிறப்பு விருதும்,' இவர் மொழிபெயர்த்த 'இறுதிச் சொற்பொழிவு' நூலுக்கு 2014ல் வழங்கப்பட்ட 'நல்லி திசை எட்டும் மொழியாக்க விருதும்' அடங்கும். 2017 மே மாதம் தமிழக அரசு சிறந்த மொழிபெயர்ப்பாளருக்கான விருதை நாகலட்சுமிக்கு வழங்கி கௌரவித்துள்ளது.

தமிழ் நாடகத் துறையின் முன்னோடி மேதைகளான டி.கே.எஸ். சகோதரர்களில் ஒருவரான திரு. முத்துசாமி அவர்களின் பேத்திகளில் ஒருவர் இவர். இவர் தற்போது தன் கணவருடனும் தன் குழந்தைகள் இருவருடனும் மும்பையில் வசித்து வருகிறார்.

தம்பதியருக்கு இடையேயான உறவுகளை மேம்படுத்துவதற்கு உதவும் இவரது முதல் சுயபடைப்பான 'மாயாஜாலமான மணவாழ்க்கை - மறந்து போன ரகசியங்கள்' என்ற நூல் சமீபத்தில் வெளியாகிப் பெரும் பாராட்டுக்களைப் பெற்றுள்ளது.

# பிரையன் டிரேசி

உலகில் இன்று தலைசிறந்த வியாபாரப் பேச்சாளர்களில் ஒருவராகத் திகழ்பவர் பிரையன் டிரேசி. 75 நாடுகளைச் சேர்ந்த 1,000க்கும் அதிகமான பெருநிறுவனங்களுக்கும் 10,000க்கும் அதிகமான சிறிய மற்றும் நடுத்தர நிறுவனங்களுக்கும் தலைமைத்துவம், மேலாண்மை, விற்பனை, வியாபார மாதிரி மறுசீரமைப்பு, லாப மேம்பாடு ஆகிய விஷயங்களில் பல கருத்தரங்குகளை அவர் வடிவமைத்து வழங்கியுள்ளார்.

உலகம் நெடுகிலும் 5,000க்கும் அதிகமான சொற்பொழிவுகளை அவர் ஆற்றியுள்ளார். இதை 50,00,000க்கும் அதிகமானோர் கேட்டுள்ளனர். அவர் தற்போது ஒவ்வோர் ஆண்டும் 2,50,000 மக்களிடையே உரையாற்றி வருகிறார். அவர் உருவாக்கியுள்ள சுவாரசியமான, காணொளி சார்ந்த பயிற்சி வகுப்புகள் 38 நாடுகளில் கற்றுக் கொடுக்கப்படுகின்றன.

பிரையன் டிரேசி ஒரு வெற்றிகரமான நூலாசிரியர். அவர் 80க்கும் அதிகமான நூல்களை எழுதியுள்ளார். அவை 42க்கும் அதிகமான மொழிகளில் மொழிபெயர்க்கப்பட்டு இருக்கின்றன. அவருடைய விண்ணளவு சாதனை, சிந்தனையை மாற்றுங்கள் வாழ்க்கையை மாற்றுங்கள், சாக்குப்போக்குகளை விட்டொழியுங்கள், இலக்குகள், காலை எழுந்தவுடன் தவளை ஆகிய சில நூல்கள் தமிழில் மொழிபெயர்க்கப்பட்டு வெளிவந்துள்ளன.

பிரையன் டிரேசி இன்டர்நேஷனல் என்ற நிறுவனத்தின் தலைவர் அவர். அவர் தன் மனைவியுடன் கலிபோர்னியாவில் சொலானா பீச் நகரில் வசித்து வருகிறார். அவருக்கு நான்கு குழந்தைகளும் ஐந்து பேரக்குழந்தைகளும் உள்ளனர்.